ഗ്രീൻ ബുക്സ്

അരികിലാരോ

സതീഷ്ബാബു പയ്യന്നൂർ (1963-2022)

എഴുത്തുകാരൻ, പത്രപ്രവർത്തകൻ,
ടെലിവിഷൻ ഫിലിം മേക്കർ.
പാലക്കാട് ജില്ലയിലെ പത്തിരിപ്പാലയിൽ ജനനം.
പയ്യന്നൂരും കാഞ്ഞങ്ങാട്ടുമായി സ്കൂൾ കോളേജ് വിദ്യാഭ്യാസം.
1984ൽ 'ഈയാഴ്ച വാരിക' എഡിറ്ററായും 1985 മുതൽ 2001 വരെ സ്റ്റേറ്റ് ബാങ്ക് ഓഫ് ട്രാവൻകൂറിൽ ഉദ്യോഗസ്ഥനായും 2011 മുതൽ 2016 വരെ സംസ്ഥാന സർക്കാരിന്റെ ഭാരത് ഭവൻ മെംബർ സെക്രട്ടറിയായും സേവനമനുഷ്ഠിച്ചു.
കൂടാതെ കേരള ചലച്ചിത്ര അക്കാദമി അംഗം, കേരള പനോരമ എഡിറ്റർ, ഡയറക്ടർ എന്നീ നിലകളിലും പ്രവർത്തിച്ചു.
നിരവധി ടെലിവിഷൻ ഓൺലൈൻ മാധ്യമരംഗത്ത് സേവനമനുഷ്ഠിച്ചിരുന്നു. കേരള സാഹിത്യ അക്കാദമി, ചലച്ചിത്ര അക്കാദമി, കണ്ണൂർ സർവ്വകലാശാല സെനറ്റ് എന്നിവയിൽ അംഗമായിരുന്നു.

കൃതികൾ: പേരമരം, കുടമണികൾ കിലുങ്ങിയ രാവിൽ, കലികാൽ, വൃശ്ചികം വന്നു വിളിച്ചു.

പുരസ്കാരങ്ങൾ: കേരള സാഹിത്യ അക്കാദമി പുരസ്കാരം (പേരമരം), കാരൂർ പുരസ്കാരം, അബുദാബി ശക്തി അവാർഡ് (രണ്ട് തവണ), തോപ്പിൽ രവി അവാർഡ്, മലയാറ്റൂർ അവാർഡ്, അങ്കണം ഷംസുദ്ദീൻ സ്മൃതി അവാർഡ്, കേരള സാഹിത്യവേദി അവാർഡ്, കേരള ഫിലിം ക്രിട്ടിക്സ് സ്വർണ്ണമെഡൽ, എസ്.ബി.ടി. ലിറ്ററി അവാർഡ്, ടി.കെ.ഡി. സ്മാരക അവാർഡ്, ഫൊക്കാന അന്താരാഷ്ട്ര അവാർഡ്, അറ്റ്ലസ് കൈരളി സാഹിത്യ പുരസ്കാരം.
ഭാര്യ: ഗിരിജ സതീഷ്.
മകൾ: വർഷ.

കഥ

അരികിലാരോ

സതീഷ്ബാബു പയ്യന്നൂർ

ഗ്രീൻ ബുക്സ്

green books private limited
gb building, civil lane road, ayyanthole,
thrissur- 680 003, kerala, ph: +91 487-2381066, 2381039
website: www.greenbooksindia.com
e-mail: info@greenbooksindia.com

branches:
thrissur 0487-2422515
thiruvananthapuram 0471-2335301
calicut 8589095307

malayalam
arikilaro
story
by
satheeshbabu payyannur

published november 2023

cover design : rajesh chalode

printed in india
manipal technologies ltd

isbn : 978-81-19486-54-0

₹ 140.00
GBPL/1331/2023

മുഖക്കുറി

സതീഷ്ബാബുവിന്റെ കഥകളിൽ അസാധാരണമായ ദൃശ്യഭംഗി ഇഴുകിച്ചേർന്നിരിക്കുന്നു. മനുഷ്യരെ യായാലും മറ്റുള്ളവയെക്കുറിച്ചായാലും കൺമുന്നിലു ള്ളതിനേക്കാൾ ചേതോഹാരിതയോടെ അനുഭവഭേദ്യ മാക്കുന്ന കഴിവ്. പുസ്തകങ്ങൾ ജീവനുള്ള കഥാപാത്ര ങ്ങളാകുന്ന 'അരികിലാരോ' എന്ന കഥ അക്ഷരങ്ങളെ സ്നേഹിക്കുന്ന ഒരാൾക്കും ഹൃദയത്തിൽനിന്ന് ഇറക്കി വയ്ക്കാൻ കഴിയാത്തത്ര ജീവനുള്ള രചനയാണ്. വൈവിധ്യമാർന്ന ഓരോ കഥകളും ഒന്നിനൊന്ന് ആസ്വാദ്യകരമാണ്.

ചടുലമായ കഥകളുടെയും രചനകളുടെയും നീരൊഴുക്ക് നിലച്ചിരിക്കുന്നു. ബാബുവിന്റെ രചനാചാതുര്യത്തിന്റെ മാധുര്യവും കഥകളുടെ വശ്യതയും കൂടുതൽ അനു വാചകരിലേക്ക് എത്തിക്കൊണ്ടിരുന്ന അവസരത്തിൽ, കാലമെന്ന അദൃശ്യശക്തി ബാബുവിനെ നമ്മൾക്ക പ്രാപ്യമായ മറ്റൊരു ലോകത്തിലേക്ക് കൊണ്ടുപോയി. എഴുതിത്തീർന്ന ഇതിലെ കഥകൾ നമുക്കായി ബാബു കരുതിവെച്ചിരുന്ന സ്നേഹോപഹാരമെന്നേ കണ ക്കാക്കാൻ കഴിയൂ. ആ സ്നേഹത്തിനും ഇടയ്ക്കുവച്ച് നിലച്ചു പോയ ആ സാഹിത്യസപര്യയ്ക്കും പ്രണാമ മർപ്പിച്ചുകൊണ്ട് ഈ കഥാസമാഹാരം ആദരവോടെ സഹൃദയർക്കായി ഞങ്ങൾ സമർപ്പിക്കുന്നു.

എഡിറ്റർ

ഉള്ളടക്കം

അരികിലുണ്ടിപ്പോഴും

ഗിരിജ സതീഷ്

ബാബു എന്നും കഥയുടെ ലോകത്തായിരുന്നു. കഥയായിരുന്നു, ബാബുവിന്റെ പ്രാണവായു. ഓരോ കഥയും എഴുതിക്കഴിഞ്ഞ് എനിക്ക് വായിക്കാൻ തരും. ബാബു പറയും, നീയാണെന്റെ ആദ്യവായനക്കാരി. (ഞാൻ നല്ലൊരു പ്രൂഫ് റീഡർ ആണെന്ന് ബാബു പറയുമായിരുന്നു.)

2022-ൽ ബാബു എഴുതിയ ഓണക്കഥകളിൽ ഒരുപാട് ചർച്ച ചെയ്യപ്പെട്ട ഒരു കഥയാണ് 'അരികിലാരോ'. ഈ കഥ എഴുതിയ ദിവസം ഇന്നും എന്റെ കൺമുന്നിലുണ്ട്. രാവിലെ ഞാൻ ഉറക്കമെണീറ്റ് വരുമ്പോൾ ബാബു വളരെ സന്തോഷത്തോടെ എന്നോട് പറഞ്ഞു, പ്രതീക്ഷിച്ചതിലും നന്നായി ഒരു കഥ എഴുതിയെന്നും ഈ വർഷം എഴുതിയ കഥകളിൽ ഏറ്റവും മികച്ചതായിരിക്കുമെന്നും 'അരികിലാരോ' മാതൃഭൂമിക്ക് കൊടുക്കാൻ പറ്റിയ കഥയാണെന്നും. അപ്പോൾതന്നെ കഥ വായിക്കാനും തന്നു.

ആ വർഷം വാരികകളിൽ പ്രസിദ്ധീകരിച്ച 12 കഥകളാണ് ഈ സമാഹാരത്തിൽ ഉൾപ്പെടുത്തിയിട്ടുള്ളത്. ഈ കഥകളെല്ലാം ചേർത്ത് സമാഹാരമാക്കണമെന്നും ശീർഷകം 'അരികിലാരോ' തന്നെ ആകണമെന്നും ബാബു പറഞ്ഞിരുന്നു. സമാഹാരത്തിന് വേണ്ട 12 കഥകളും കോപ്പി എടുത്ത് അയയ്ക്കാൻ ബാബു തയ്യാറാക്കിവെച്ചിരുന്നു.

പക്ഷേ....

ബാബൂ... ഇങ്ങനെയൊരു ദൗത്യം എന്നെ ഏൽപ്പിച്ച് എങ്ങോട്ടാണ് പോയ്മറഞ്ഞത്? ഈ വേർപാട് താങ്ങാനാകുന്നില്ല ബാബു. കടുത്ത വേദനയിലും എന്റെ ബാബുവിന് വേണ്ടി ഞാനിത് ഏറ്റെടുത്ത് ചെയ്യുന്നു. ബാബു എല്ലാം

നോക്കിക്കാണുന്നുണ്ടെന്ന് എനിക്കറിയാം. അതിനുള്ള ശക്തി പകർന്നു തരുന്നുണ്ടെന്നും.

കഥയിൽ പറഞ്ഞതിൽനിന്ന് നേരെ വിപരീതമായി എന്നെ തനിച്ചാക്കി ബാബു പോയി. ഭാര്യയുടെ മരണ ശേഷം ഒരു വേലക്കാരി ഭർത്താവിനെ പരിചരിക്കാനായി വരുന്നതാണ് പ്രമേയം. വായിച്ചപ്പോൾ ഞാനൊരു കുസൃതി ച്ചോദ്യം അന്ന് ബാബുവിനോട് ചോദിച്ചിരുന്നു, ഞാൻ പോയാൽ ഇതുപോലെ ഒരു വേലക്കാരി സഹായത്തിന് വരുമോ എന്ന്. ഓ... നിന്റെ പേടി അതാണല്ലേ എന്നു പറഞ്ഞ് ബാബു ചിരിച്ചു.

ഇങ്ങനെയൊരു കഥാസമാഹാരത്തിന് വഴിയൊരുക്കിയ ഗ്രീൻ ബുക്സിനും നരേന്ദ്രൻ സാറിനും നന്ദി... സ്നേഹം.

ബാബുവിന്റെ ഈ പുതുസമാഹാരം ഹൃദയപൂർവ്വം നിങ്ങൾക്ക്... ബാബുവിനെ നെഞ്ചിലേറ്റുന്ന പ്രിയ വായന ക്കാർക്ക്...

■

അവതാരിക

ഉച്ചസ്ഥായിയിൽ നിൽക്കെ നിലച്ചുപോയ ആലാപനം

കെ. ജയകുമാർ

സതീഷ്ബാബു പയ്യന്നൂരിനെപ്പറ്റി ഭൂതകാലത്തിൽ സംസാരിക്കേണ്ടി വരുമെന്ന് ആരു കരുതി? നമ്മൾ കരുതുന്നതും കല്പിക്കുന്നതുമല്ലല്ലോ ജീവിതത്തിന്റെ ഗതി. ഉച്ചസ്ഥായിയിൽ നിൽക്കെ അവിചാരിതമായി നിലച്ചുപോയൊരു ആലാപനമാണ് സതീഷ്ബാബുവിന്റെ ജീവിതം. വായനക്കാർക്കും സ്നേഹിതർക്കും സതീഷ്ബാബു നൽകിയ വാഗ്ദാനങ്ങളും പ്രതീക്ഷകളും ബാക്കിയാണിപ്പോൾ. അതങ്ങനെ തന്നെ നിൽക്കട്ടെ. ആ വേദനയിലും നഷ്ടബോധത്തിലും നമുക്ക് സതീഷ്ബാബുവിന്റെ ഓർമ്മകളെ പരിഹരിക്കാനാവാത്ത പരാതിയുടെ ഈറൻ വിരലുകൾ കൊണ്ട് സ്പർശിക്കാമല്ലോ.

ഈ വിചാരങ്ങളോടെയാണ് ഞാൻ 'അരികിലാരോ' എന്ന ശീർഷക കഥയുൾപ്പെടെ അദ്ദേഹം അവസാനമായി എഴുതി 2022ലെ ഓണം വിശേഷാൽ പ്രതികളിൽ പ്രസിദ്ധീകരിച്ച പന്ത്രണ്ടു കഥകൾ വായിക്കാനെടുക്കുന്നത്. പ്രമേയങ്ങളിലും ഭാഷയിലും ശില്പഭദ്രതയിലും പരിപക്വതയുടെ വിരൽപ്പാടുകൾ പതിഞ്ഞു കിടക്കുന്ന ഈ കഥകൾ എന്നിലെ നഷ്ടബോധത്തെ തീവ്രതരമാക്കുന്നു. വായനക്കാരുടെ അനുഭവവും ഇതുതന്നെയായിരിക്കും. കഥകളുടെ പശ്ചാത്തലത്തിലും കഥാപാത്രസൃഷ്ടിയിലെ വൈവിധ്യത്തിലും സന്ദർഭങ്ങളുടെ പുതുമയിലും ഈ കഥാകൃത്ത് നമ്മെ അതിശയിപ്പിക്കുന്നു. അസാമാന്യമായ പ്രതിഭാവിലാസവും സർഗ്ഗാത്മക ധീരതയും കൊണ്ട്

ഈ കഥകൾ വായനക്കാരുടെ വിസ്മയത്തിനു പാത്ര മാകുന്നു.

ഈ പന്ത്രണ്ടു കഥകളുടെയും വിശദമായ അപഗ്രഥ നത്തിനു ഇവിടെ മുതിരുന്നില്ല. (വാസ്തവത്തിൽ ഗൗരവ പൂർണ്ണമായ മനഃശാസ്ത്ര വിശകലനങ്ങൾ ആവശ്യപ്പെടു ന്നുണ്ട് ഈ കഥകൾ.) 'അരികിലാരോ' എന്ന കഥ അതിന്റെ സ്വാഭാവികമായ വികാസം കൊണ്ടും അന്തര്യാമിയായ നിരാശയുടെ കാളിമ കൊണ്ടും സമൂഹത്തിലും വ്യക്തി കളിലും (മക്കളിലും) വരുന്ന മനോഭാവ വ്യതിയാന ങ്ങളുടെ പ്രതിഫലനം കൊണ്ടും പ്രായോഗിക യുക്തി യുടെ നിരാർദ്രതകൊണ്ടും അനുവാചകരെ ഏററെനേരം നൊമ്പരപ്പെടുത്തും. 'എണ്ണീടുകാർക്കുമിത് താൻ ഗതി' എന്ന് ചിലരെങ്കിലും സ്വയം പറയും. കഥാകൃത്ത് നേരിട്ടോ പരോക്ഷമായോ ആഖ്യാനത്തിൽ ഇടപെടുന്നതേയില്ല.

കഥയുടെ ചേരുവകൾ ഒരുക്കി വച്ചിട്ട് കഥാകൃത്തു മാറി നിൽക്കുന്നു. കഥ അതിന്റെ ആന്തരികമായ വൈരു ധ്യങ്ങളിലൂടെയും സംഘർഷങ്ങളിലൂടെയും സ്വാഭാവിക പരിണതിയിലേക്ക് സ്വയം വളർന്നെത്തുന്നു. എങ്കിലും കഥാകൃത്തിന്റെ മനസ്സ് എവിടെയാണെന്നറിയാൻ വിഷമ മില്ല. ജീവിതകാലം കൊണ്ട് വാങ്ങി സൂക്ഷിച്ച പുസ്തക ങ്ങളും സ്വന്തം വീടും വിട്ടു 'അന്ധേരിയിലെ സ്വർഗ്ഗ' എന്ന സീനിയർ ലിവിങ്ങിനുള്ള ഹോമിലേക്ക് പിതാവിനെ പറിച്ചുനടാമെന്ന് തീരുമാനിക്കുന്ന മക്കൾക്ക് പ്രായോഗിക യുക്തി മാത്രമേയുള്ളൂ. ഷെൽഫുകളിലെ പുസ്തകങ്ങൾ തൂക്കി വിൽക്കുന്ന ആ ദുരന്തരംഗം പുസ്തകങ്ങളെ സ്നേ ഹിക്കുന്ന ഏവരെയും മൃതശരീരത്തിന്റെ അടയാത്ത കണ്ണുകൾ പോലെ പിന്തുടരുകതന്നെ ചെയ്യും. പണിക്കു വന്നിരുന്ന ശ്രീദേവിയുമായുണ്ടാകുന്ന അടുപ്പത്തിന്റെ അനുക്രമം വളരുന്ന ലയത്തിന് അന്യാദൃശമായ മിഴിവും മൗനഭംഗിയും നേടിക്കൊടുക്കാൻ കഥാകൃത്തിനു എത്ര അനായാസമാണ് സാധിക്കുന്നത്.

'പച്ചമരങ്ങൾക്കിടയിലൂടെ അവൾ പറന്നു പോയി' എന്ന കഥയും 'അരികിലാരോ' എന്ന കഥയോടൊപ്പം നിൽക്കുന്ന ശില്പ ഭദ്രതകൊണ്ട് നമ്മെ വശീകരിക്കും. സാന്ദ്ര എഴുത്തുകാരിയൊന്നുമല്ല. എങ്കിലും സാഹിത്യ അക്കാദമിയുടെ അകവും പരിസരവും അവൾക്കു പരിചിതം. അവിടെ വന്നു പോയിരുന്ന വലിയ എഴുത്തുകാരുമായി

അവൾ കുട്ടിക്കാലത്തു അടുപ്പം സ്ഥാപിച്ചിട്ടുണ്ട്. പിതാവിന് അവിടെ ജോലിയായിരുന്നതുകൊണ്ടാണ് ഇങ്ങനെയൊക്കെ സംഭവിച്ചത് എന്ന് അവൾ അവകാശപ്പെടുന്നു. എന്നാൽ ഇതെല്ലാം അവളുടെ കൽപ്പനകൾ മാത്രമോ എന്ന ചോദ്യത്തിൽ അവസാനിക്കുന്ന കഥയിലും സതീഷ് ബാബുവിന്റെ പ്രതിഭാവിലാസം കുടമാറ്റം നടത്തുന്നത് തിരിച്ചറിയാം.

'തേങ്ങ' എന്ന കഥയും സവിശേഷ പരാമർശമർഹിക്കുന്നു. അപരിചിതരായ ഒരാണിനെയും പെണ്ണിനേയും സഹായിച്ചു എന്ന ഒറ്റ കാരണത്താൽ ജയിൽ ശിക്ഷ അനുഭവിക്കേണ്ടി വന്ന കഥാനായകന്റെ ജീവിതം ഈ വിധം മാറിപ്പോകാൻ എന്തേ കാരണം? വിധിയോ? ബുദ്ധിശൂന്യതയോ? ഉത്തരങ്ങൾ നിരത്തുകയല്ല, ചോദ്യങ്ങൾ ഉതിർക്കുകയാണ് എഴുത്തുകാരന്റെ നിയോഗം എന്ന് സതീഷ്ബാബു മൗനമായി പറയുന്നു. മനുഷ്യസ്നേഹത്തിന്റെ മൂശയിൽ വാർത്തെടുത്തതാണ് 'കോത്തായി മുക്ക് ' എന്ന മികച്ച കഥ. കോത്തായി കള്ളനാണ്, മോഷണത്തിന് പിടിക്കപ്പെട്ടു ജയിൽശിക്ഷയും കഴിഞ്ഞിറങ്ങിയ കോത്തായിക്ക് ലോകമാകെ മാറിപ്പോയതായി അനുഭവപ്പെടുന്നു. പിടികിട്ടാത്തൊരു കടംകഥപോലെ കോത്തായി മുക്ക് എന്ന പേര് ഇപ്പോഴും നിലനിൽക്കുന്നു.

'പ്രകാശനം,' 'മ്യൂസിയം' എന്നീ രണ്ടു കഥകൾ എഴുത്തുകാരുടെ ജീവിതങ്ങളെ ആലേഖനം ചെയ്യുന്നു. പ്രകാശ് മാത്യു ഇടിക്കുള എന്ന യശഃപ്രാർത്ഥിയായ എഴുത്തുകാരനിലൂടെ സാഹിത്യ ലോകത്തു ഇടം നേടാൻ കുറുക്കുവഴികൾ നേടുന്ന സാഹിത്യ ഭിക്ഷാംദേഹികളെ കാട്ടിത്തരികയാണ് കഥാകാരൻ. ഇരുപതു കൃതികൾ ഒരുമിച്ചു പ്രകാശിപ്പിച്ചുകൊണ്ട് (നൊബേൽ സമ്മാനത്തോളം തന്നെ പ്രസിദ്ധിയുള്ള) ഗിന്നസ് റെക്കോർഡ് ബുക്കിൽ ഇടം നേടാൻ ശ്രമിക്കുന്ന പ്രകാശ് മാത്യു ഇടിക്കുളമാരെ മുന്നിൽ എത്തിക്കുകയാണ് ഈ കഥയിൽ. മരിച്ച കവിയോടുള്ള ആദരസൂചകമായി അദ്ദേഹത്തിന്റെ വസതി മ്യൂസിയവും ആക്കി മാറ്റുന്ന കപടവും യാന്ത്രികവുമായ 'ആദരിക്കൽ' പ്രഹസനത്തെ പരിഹസിക്കുന്നതിൽ 'മ്യൂസിയം' എന്ന കഥ വിജയിക്കുന്നു. 'അനന്തരം കടൽക്കുരിശിൽ കാറ്റ് ചിതറി' എന്ന കഥയും 'മദർ

തെരേസ' എന്ന കഥയും ക്രിസ്തീയ പശ്ചാത്തലത്തിൽ എഴുതപ്പെട്ട വ്യത്യസ്തത പുലർത്തുന്ന രചനകളാണ്. സാധാരണ സാഹചര്യങ്ങളിൽ നിന്ന് അസാധാരണതയുടെ ഭൂവിഭാഗങ്ങളായി ഈ കഥകൾ സ്വയം പരിണമിക്കുന്നു.

ശില്പഘടനയിലും വികാസ പരിണാമത്തിലും കഥകൾ സ്വയം ആവർത്തിക്കുന്നില്ല എന്ന വൈശിഷ്ട്യം ശ്രദ്ധിക്കാതിരിക്കാൻ കഴിയില്ല. ഓരോ കഥയും അതിന്റെ നൈസർഗ്ഗിക താളത്തിൽ വിതിർന്നു വരികയാണ്. ഭ്രമാത്മകമായ കഥാന്ത്യങ്ങൾ പല കഥകളിലും കാണാം. പക്ഷേ അപ്പോഴും അവയൊന്നും ഏച്ചു കെട്ടിയതായി വായനക്കാർക്കു അനുഭവപ്പെടുന്നില്ല. അതിനോടൊപ്പം പറയേണ്ടതാണ് സതീഷ് ബാബുവിന്റെ പ്രസാദാത്മകമായ ഭാഷയുടെ വശ്യത. നാട്യങ്ങളില്ലാത്ത ഭാഷ; നൈസർഗ്ഗികമായ ഭാഷ. എന്നാൽ അതിൽ കാവ്യാത്മകത ധാരാളമായുണ്ടുതാനും. വായനക്കാർക്കും കഥാകൃത്തിനുമിടയിലെ അകലങ്ങൾ ഈ ഭാഷ അലിയിച്ചു കളയുന്നു. സ്വജീവിതത്തിലെപ്പോലെ തന്നെ സതീഷ്ബാബു ആഖ്യാന ഭാഷയിൽ നാട്യങ്ങൾ വർജ്ജിച്ചിരിക്കുന്നു. ക്ലിഷ്ടതയുടെ പ്രലോഭനത്തിൽ വീഴാതിരിക്കാൻ മാത്രം ബലിഷ്ഠമായിരുന്നു സതീഷ് ബാബുവിന്റെ സർഗ്ഗാത്മകതയും പ്രചോദനവും.

അഗാധമായ മനുഷ്യസ്നേഹവും കാരുണ്യവും ഉദാരതയും ഈ കഥകളുടെ മേൽ അന്യൂനവും അപൂർവ്വവുമായ ഒരു നവപ്രകാശം വർഷിക്കുന്നു. ഒരർത്ഥത്തിൽ സതീഷ് ബാബുവിന്റെ സർഗ്ഗാത്മകമായ ഊർജ്ജത്തിന്റെ ചാലകശേഷി തന്നെ, നിരുപാധികമായ മനുഷ്യസ്നേഹമാണെന്നു പറയാം. മലയാള നോവൽ പുരോഗമന സാഹിത്യത്തിന്റെ ഉദയരാശിയിൽ സമൂഹത്തിലെ പ്രാന്തവൽക്കരിക്കപ്പെട്ടവരുടെ ജീവിതത്തിലെ പ്രത്യാശാനിരാശകളിലേക്ക് വായനക്കാരെ കൂട്ടിക്കൊണ്ടു പോയിരുന്നു. എന്നാൽ ആ എഴുത്തുകാർക്ക് കൂടുതൽ പ്രിയം കഥാപാത്രങ്ങളുടെ സാമൂഹികവും രാഷ്ട്രീയവുമായ ചൂഷിതാവസ്ഥകളെ പരിചിതമാക്കാനും വിമർശിക്കാനുമായിരുന്നു. സതീഷ് ബാബുവിന്റെ സമീപനം അതിനേക്കാളൊക്കെ എത്രയോ ശുദ്ധമാണ്. 'മനുഷ്യൻ ഹാ! എത്ര മനോഹര പദം!' എന്ന് രാഷ്ട്രീയമായ ചായ്വും

ചരിവുമില്ലാതെ സ്നേഹപ്രോചോദിതനായി വിളംബരം ചെയ്യുകയാണ് സതീഷ് ബാബു. ജയിൽപ്പുള്ളികളെയും മോഷ്ടാവിനെയും നിസ്സഹായരെയുമൊക്കെ അതി സൂക്ഷ്മതയോടെയും കരുണയോടെയും അവതരിപ്പി ക്കുന്ന സതീഷ് ബാബുവിന്റെ രാഷ്ട്രീയം സ്നേഹ ത്തിന്റെ രാഷ്ട്രീയമാണ്. സാഹിത്യത്തിന്റെ യഥാർത്ഥ രാഷ്ട്രീയവും എന്നും അത് തന്നെയായാണല്ലോ.

സാഹിത്യത്തിന്റെ ശുദ്ധവഴിയിലൂടെ സഞ്ചരിച്ച്, മനുഷ്യ ജീവിതത്തെയും മനുഷ്യവികാരങ്ങളെയും മുൻവിധികളു ടെയോ, കപട സദാചാരത്തിന്റെയോ വർണ്ണച്ചില്ലിലൂടെ നോക്കിക്കാണാൻ വിസമ്മതിച്ച ഒരു സ്വതന്ത്ര ചേത സ്സാണ് സതീഷ്ബാബു പയ്യന്നൂർ എന്ന എഴുത്തുകാരൻ. തന്നിട്ട് പോയതെല്ലാം മികച്ചത്. കാലം അനുഗ്രഹിച്ചിരു ന്നെങ്കിൽ ഇനിയും ഇനിയും അനേകം പക്വ രചനകൾ നമ്മെത്തേടി വരുമായിരുന്നു എന്ന് മികച്ച കഥകളുടെ ഈ സമാഹാരം നമ്മെ വേദനിപ്പിച്ചുകൊണ്ട് ഓർമ്മിപ്പി ക്കുന്നു.

സ്നേഹത്തിന്റെ സാഹസികതയും വിട്ടുവീഴ്ചയി ല്ലാത്ത സ്വാതന്ത്ര്യവും കലാകാരന്റെ അവകാശങ്ങളാ ണെന്നു വിശ്വസിച്ചതുകൊണ്ട് കൂടിയാകണം ജീവിത വ്യാകരണം ചീന്തിയെറിഞ്ഞുകൊണ്ട് അലഞ്ഞ കാവ്യ കുബേരനായ മഹാകവി പി. കുഞ്ഞിരാമൻ നായരുടെ ജീവിതം സതീഷ് ബാബുവിനെ ആകർഷിച്ചതും അത്ഭുത പ്പെടുത്തിയതും. 'സത്രം' എന്ന നോവലിന്റെ രചന യ്ക്കായി ഒരുപാട് തയ്യാറെടുപ്പുകൾ നടത്തി. ആദ്യ അധ്യായങ്ങൾ എഴുതി, എഴുതിത്തീർക്കാത്ത ആ നോവൽ സതീഷ്ബാബുവിന്റെ അപൂർണ്ണ സ്മാരകമായി നമുക്കിടയിലുണ്ടാവും എന്നും. എഴുതപ്പെടാത്ത പോയ ആ നോവൽ പ്രമേയമാക്കിയ എന്റെ ഒരു കവിത ഇവിടെ ഉദ്ധരിച്ചുകൊണ്ട് ആ നല്ല സ്നേഹിതന്റെ, പ്രിയ അനു ജന്റെ, ഓർമ്മയ്ക്ക് മുൻപിൽ നിശ്ശബ്ദനായി ഞാൻ നിന്ന് കൊള്ളട്ടെ. എല്ലാം ജീവിതത്തിൽ ഒരിക്കൽ മാത്രം സംഭവിക്കുന്ന സുകൃതങ്ങൾ. ഈ കൂടിക്കാഴ്ചകളും വിയോഗങ്ങളും എല്ലാം. ഒന്നും ആവർത്തിക്കുന്നില്ല എന്ന അറിവ് ഓർമ്മകളെ അമൂല്യവും ഭാസുരവുമാക്കും. ഒപ്പം സങ്കടത്തിന്റെ നനവും പകരും.

(അടുത്തകാലത്ത് അന്തരിച്ച സതീഷ്ബാബു പയ്യന്നൂർ, മഹാകവി പി. കുഞ്ഞിരാമൻ നായരെക്കുറിച്ചു എഴുതി പൂർത്തിയാക്കാതെ പോയ നോവലിന്റെ ശീർഷകം. തിരുവനന്തപുരത്തെ സി.പി. സത്രം മഹാകവിയുടെ ഇഷ്ടതാവളം. മരണവും അവിടെയായിരുന്നു)

സത്രം

കവിയുടെ കാൽപ്പാടുകൾക്കു മേലെ
കുറച്ചാണ്ടുകൾ നടന്നു പോയി.
അപ്പോഴാണ്
മായാത്ത ഗന്ധർവമുദ്രകൾ തേടി
ദീർഘകായനായൊരു ചാരുരൂപൻ
സത്രത്തിലെത്തുന്നത്.
അണഞ്ഞു പോയ കവിയെത്തേടി
അയാൾ ഇടയ്ക്കിടെ
സത്രത്തിലെത്തിയിരുന്നു. . .
പിന്നെപ്പിന്നെ
സത്രം അയാളിലേക്ക് ചെല്ലാൻ
തുടങ്ങി.

ചില രാത്രികളിൽ കവിയുടെ
ഒച്ചയില്ലാ കരച്ചിലും നെടുവീർപ്പും
സത്രം അയാൾക്ക് കൊണ്ട് കൊടുത്തു.
എല്ലാരുമുറങ്ങിയ രാത്രികളിൽ
പാപഭാരവും കുറ്റബോധവും
ഉറക്കമിളച്ചിരിക്കുന്നത്
സത്രം കാട്ടിക്കൊടുത്തു.
മുമ്പേ നടന്ന ആ കാവ്യോന്മാദി
അരൂപപ്രകാശമായി അയാളെ തലോടി.
അവധൂതഗന്ധർവ്വന്റെ സ്മരണയിൽ
താനേയുണർന്ന പാലപ്പൂമണം
അയാളെ കാമാതുരനാക്കി.
പിന്നെ ഏകാകിയാക്കി;
വിരഹിയും ദുഖിതനുമാക്കി;
പീഡിതനും ഒറ്റപ്പെട്ടവനുമാക്കി.

സത്രമൊരു കണ്ണീർക്കുമിളയായി
അയാളെ മൂടി;
അതിനുള്ളിൽ
അയാൾ കവിയെ കണ്ടുമുട്ടി.
കവി മോണകാട്ടി ചിരിച്ചു;
ചിരി പെട്ടെന്നുടഞ്ഞു;
ഇരുണ്ടു;

പിന്നെ എല്ലാം മാഞ്ഞു.
കുമിള പൊട്ടി;
അഗാധമായൊരു കദനം;
കനത്ത ഇരുട്ട്.

അയാളറിഞ്ഞു
എല്ലാം സത്രം!
പ്രണയവും രതിയും യശസ്സും
എല്ലാം സത്രം!
അറിവിന്റെ ഗർത്തം മുന്നിൽ
വ്യാളിയായി വാപിളർത്തി.
നിത്യകന്യകയെത്തേടിയ
ഹൃദയത്തിന്റെ മിടിപ്പ് നിലച്ചു.
അയാൾ പേന അടച്ചു
സത്രമുപേക്ഷിച്ചുയർന്നു
അപ്പോൾതന്നെ
നിലാവിൽ പാലപ്പൂമണമായി കലർന്നു.

(കെ. ജയകുമാർ: 9446440085)

(കലാകൗമുദി ഓണപ്പതിപ്പ് 2023)

അരികിലാരോ

A room without books is like a body without a soul.

-Marcus Tullius Cicero

പുസ്തക അലമാര വലിയൊരു ശബ്ദത്തോടെ താഴേക്ക് പതിച്ചു. തടിയൻ പുസ്തകങ്ങൾ മുറിയിലാകെ ചിതറി.

പക്ഷേ, അതൊരു പേക്കിനാവ് മാത്രമായിരുന്നു. ഞെട്ടിയുണർന്നപ്പോൾ ചുറ്റിലും നരച്ച ഇരുട്ട്, കിഴക്കൻ ജാലകത്തിലൂടെ അരിച്ചിറങ്ങുന്ന തെല്ല് സൂര്യപ്രകാശം. ടൈംപീസിൽ അലാറം മുഴങ്ങാറായിട്ടില്ലെന്ന് തോന്നുന്നു. കണ്ണോടടുപ്പിച്ചപ്പോൾ പതിയെ ചുറ്റുന്ന അവന്റെ നേർത്ത കൈകൾ കണ്ടു. ആറ് പതിനഞ്ച്. ഇനി അവൻ പതിനഞ്ച് മിനിറ്റുകഴിഞ്ഞ് അലറിക്കരയണ്ട. അലാറം ഓഫ് ചെയ്ത് പതിയെ എഴുന്നേറ്റു. തുറന്ന ജാലകത്തിനടുത്തേക്ക് നടന്നു. പുറത്ത് ഗെയ്റ്റിനരികെ പത്രങ്ങൾ വീണു പരന്നുകിടപ്പുണ്ട്. എത്രപറഞ്ഞാലും പയ്യൻ പത്രങ്ങൾ ഗെയ്റ്റിലെ പൈപ്പിൽ തിരുകില്ല. ഒരിക്കൽ, അല്ല പലതവണയായി അവനോടത് പറയുന്നു. അപ്പോഴവൻ ഒരു വഷളൻചിരി ചിരിക്കും. വാർത്താകടലാസുകൾ ആകാശത്തൂടെ വെള്ളരിപ്രാവുകളായി പാറിനടക്കുന്നത് കാണുക അവന്റെ ഒരു സ്വകാര്യആഹ്ലാദമാവും. ശരി, നടക്കട്ടെ.

ഈയിടെയായി പലപ്പോഴും ആ കടലാസുവാർത്തകൾ മുഴുവനായും വായിക്കാറില്ല. കണ്ണടയുടെ ലെൻസ് മാറ്റാറായെന്ന് തോന്നുന്നു. പലതവണ മാറ്റിയതാണ്. ഇനി മാറ്റിയിട്ട് കാര്യമുണ്ടെന്ന് തോന്നുന്നുമില്ല. എല്ലാം ഒന്നോടിച്ച് വായിക്കും. വലിയ അക്ഷരങ്ങളേ ഇപ്പോൾ കണ്ണിൽപ്പെടാറുള്ളൂ. അതുതന്നെയാണ് പുസ്തകങ്ങളുടെയും അവസ്ഥ.

സർവീസിലിരിക്കേ, ശമ്പളദിനം പകുത്തെടുക്കുന്നത് പുസ്തകശാലകളാണ്. ഇപ്പോഴിപ്പോൾ പെൻഷൻ മുഴുവനായും ഈ വഴി

പോകുന്നു. സ്റ്റാച്യുവിലെ മൂന്ന് പബ്ലിഷർ ഷോപ്പുകളിലും പുളിമൂട്ടിലെ രണ്ട് പുസ്തകക്കടകളിലും കയറിയിറങ്ങും. പുതുപുസ്തകങ്ങളുടെ മണം ഒരു ഹരമാണ്. ഓരോ താളും ഹരമാണ്. ഇഷ്ടപ്പെട്ട എഴുത്തുകാർ ഒരുപാടുണ്ട്. കോളേജ് കാലത്ത് ഫിക്ഷനിലായിരുന്നു കമ്പം. പിന്നീട് പോയട്രിയിലായി. കമല ജീവിതത്തിലേക്ക് കടന്നുവന്നതിൽ പിന്നെ അവളുടെ താത്പര്യത്തിനും മനസ്സു കൊടുത്തു. ഫിലോസഫിയും സൈക്കോളജിയും ഒക്കെ അങ്ങനെ ശേഖരത്തിലെത്തി. യൂണിവേഴ്സിറ്റി കോളേജിൽ കെമിസ്ട്രി ഡിപ്പാർട്ടുമെന്റിലെ രാസമണപ്പകലുകളിൽ കുതിർന്നുവന്നിട്ടും ചില രാത്രികളിൽ അവൾ മോപ്പസാങ്ങിനെ എടുത്തുവായിച്ചു. ചെക്കോവിനെ പിന്തുടർന്നു. എലിയറ്റിന്റെ തരിശുഭൂമിയിലൂടെ വിയർത്തു നടന്നു.

ഒ. ഹെൻട്രി സൃഷ്ടിച്ച പരിണാമഗുപ്തികളിൽ അമ്പരന്ന് ഉറക്കം നഷ്ടപ്പെട്ടിരുന്നു. അത് കണ്ടങ്ങനെയിരിക്കുക കൗതുകമാണ്. അങ്ങനെയുള്ള രാത്രികളിൽ, ചുണ്ടിൽനിന്ന് ചുണ്ടിലേക്ക് ജിബ്രാൻ പറക്കും: I am the lover's eyes, and the spirit's wine, and the heart's nourishment, I am a rose, my heart opens at dawn and the virgin kisses me and places me upon her breast...

സോങ് ഓഫ് ലൗവിൽ ഖലീൽ ജിബ്രാൻ എഴുതിവെച്ചതെല്ലാം മനപ്പാഠമാണ്. കമല അയ്യേ എന്ന് പറഞ്ഞ് കണ്ണുപൊത്തും. രാത്രി സലജ്ജം സാക്ഷി നിൽക്കും.

ഒരിക്കൽ ലേഡി ചാറ്റർലിയുടെ കാമുകനെ വായിക്കുകയായിരുന്നു ഒരുമിച്ച്. നേരത്തേ വായിച്ചതാണ്. ഒരു ഘട്ടത്തിലെത്തിയപ്പോൾ അവൾ ശരിക്കും ദേഷ്യപ്പെട്ടു: “ഈ പെണ്ണുംപിള്ളയ്ക്ക് ഭ്രാന്താണ്.” പതിയെ അവളെ തിരുത്തി “നീ ആ കാമുകൻ ഒലിവർ മെല്ലേർസിന്റെ ഭാഗം ഓർക്കാത്തതെന്താ? അയാൾ നിസ്സഹായനല്ലേ? ജീവിതം പോലും ഹോമിക്കുകയല്ലേ?”

1928-ലെ നിരോധനം നീക്കി 1960-ൽ പുസ്തകം വീണ്ടുമിറങ്ങിയപ്പോൾ ഒരു ഡൽഹി യാത്രയിൽ കൊണാട്ട് പ്ലേസിലെ ഹിഗ്ഗിൻ ബോത്തംസിൽനിന്നാണ് ലേഡി ചാറ്റർലിയെ വീട്ടിലേക്ക് കൂട്ടിക്കൊണ്ടുവന്നത്. ഇക്കണോമിക് ആൻഡ് സർവേ ഡിപ്പാർട്ട്മെന്റിലായിരുന്നു അന്ന് വ്യവഹാരം. ഒരു നാഷണൽ കോൺഫറൻസിനായിരുന്നു ആ ഡൽഹി യാത്ര. മഞ്ഞുകാലമായിരുന്നു. തണുത്തുറഞ്ഞ ചെങ്കോട്ടയും കുത്തബ്മീനാറും ആദ്യമായി കാണുകയായിരുന്നു. പാർലമെന്റ് സ്ട്രീറ്റിലെ ഒരു സായന്തനത്തിൽ, മുന്നിലെ പുൽത്തകിടിയിൽ മലർന്നുകിടന്നാണ് ഡി.എച്ച്. ലോറൻസ്

എഴുതിയ ആദ്യ വാചകം വായിച്ച് തുടങ്ങിയത്. "Ours is essentially a tragic age, If we refuse to take it tragically..."

കിടപ്പുമുറിയിലെ പ്രധാന അലമാരകളിൽത്തന്നെയായിരുന്നു ലേഡി ചാറ്റർലിയുടെയും ജിബ്രാന്റെയും രമണന്റെയുമൊക്കെ സ്ഥാനം. ചങ്ങമ്പുഴയെക്കുറിച്ച് സാനുമാഷ് എഴുതിയ നക്ഷത്രങ്ങളുടെ സ്നേഹഭാജനം എന്ന ജീവചരിത്രം അഞ്ചെട്ടുകൊല്ലം മുൻപ് വാങ്ങിയപ്പോൾ രമണന് കൂട്ടായി. പകരം അന്തർജനം ഇറങ്ങിപ്പോയി. അഗ്നിസാക്ഷിയെ സ്വീകരണമുറിയിലെ വലിയ അലമാരയിലേക്ക് മാറ്റി പ്രതിഷ്ഠിച്ചു. അവിടെ പി.ജി. വുഡ് ഹൗസും മാർക്കേസുമൊക്കെ കൂട്ടുണ്ടായിരുന്നു. അഗ്നിസാക്ഷിയുടെ ഏകാന്ത വർഷങ്ങൾ അവസാനിച്ചു എന്ന് ഓർത്ത് മനസ്സിൽ ചിരിച്ചു. അങ്ങനെ ചിലപ്പോൾ ഏകാന്തവും മറ്റു ചിലപ്പോൾ പ്രണയസുരഭിലവുമായ നിരവധി വർഷങ്ങൾ, വർഷപാതങ്ങൾ...

കോളറക്കാലത്തെ പ്രണയം വീണ്ടും വായിച്ചുകൊണ്ടിരുന്ന സായാഹ്നത്തിലാണ് കമലയ്ക്ക് നെഞ്ചുവേദന തുടങ്ങിയത്. പേടിച്ചുപോയി. രാത്രിയായിട്ടും അവളുടെ പരവേശമടങ്ങിയില്ല. മെട്രോ ഹോസ്പിറ്റലിലെ ഐ.സി.യു.വിലെ തണുപ്പിൽ അന്നവൾ കിടന്നു. രാവിലെ കണ്ണുതുറന്ന് ചുറ്റിലും നോക്കി. സമാധാനിക്കൂ എന്ന് പതിയെ പറഞ്ഞതുകേട്ട് അവളൊന്ന് ചിരിച്ചു. പിന്നെ കണ്ണടച്ചു. അന്നവളുടെ അറുപത്തഞ്ചാം പിറന്നാളുമായിരുന്നു.

ആദികേശവനും ലോകനാഥനും ശാന്തിവിശ്വനാഥനും പറന്നെത്തുംവരെ കമല നടുത്തളത്തിൽ കിടന്നു. ചങ്ങമ്പുഴയും വള്ളത്തോളും കമലാദാസും ഷെല്ലിയും കാളിദാസനും കാവാലവും പൗലോ കൊയ്‌ലോയും സാക്ഷിനിന്നു. എല്ലാം കഴിഞ്ഞു. ശാന്തികവാടത്തിനുമേൽ പിന്നെയും നാലഞ്ച് മണിക്കൂറുകൾ വിശുദ്ധമായ ഒരു ധൂമഗന്ധം തങ്ങിനിന്നിരുന്നുവെന്ന് മൂന്നാംനാൾ അസ്ഥിയെടുക്കാൻ പോയിവന്ന ആദിയും ലോകനും പറഞ്ഞു. അവരോട് ക്രിമറ്റോറിയം ജീവനക്കാരൻ ഗുണശേഖർ പറഞ്ഞതാണത്രേ. പലമാതിരി ഗന്ധങ്ങൾ ഒരുദിവസം ആസ്വദിക്കുന്ന അയാൾക്ക് കമലയുടേത് വിശുദ്ധി നിറഞ്ഞതായി തോന്നിയതിൽ അത്ഭുതപ്പെടാനില്ല. അവളുടെ ഓരോ ശ്വാസത്തിലും പുസ്തകഗന്ധമായിരുന്നു. ഒരുപക്ഷേ, ഹൃദയം നിലച്ചിട്ടും ആ മണം അവളിൽ വട്ടമിട്ട് നിന്നിരിക്കണം. കടലാസുകൾക്ക് കരിയാനാവുമോ? അക്ഷരമറിവുകൾക്ക് എരിഞ്ഞൊടുങ്ങാനാവുമോ?

സഞ്ചയനം കഴിഞ്ഞ് രണ്ടാംനാൾ ആദി മടങ്ങി. അവന് റിസർവ് ബാങ്കിന്റെ ഹെഡ് ഓഫീസിൽ പിടിപ്പത് ജോലിത്തിരക്കുകൾ. കർമം

ചെയ്യുമ്പോഴും അവൻ മൊബൈലിലും ലാപ്ടോപ്പിലും തന്നെയായിരുന്നു. ആദി പോയതിന്റന്ന് വൈകുന്നേരത്തെ വിമാനത്തിൽ ലോകനും കുടുംബവും ഹൂസ്റ്റണിലേക്ക് പുറപ്പെട്ടു. എമിറേറ്റ്സിന്റെ ഒരു പ്രത്യേക പാക്കേജിൽ ദോഹ വഴി മടക്കയാത്ര ടിക്കറ്റ് എടുത്താണ് വന്നതെന്നതിനാൽ, അവന്റെ വിഷമാവസ്ഥ മനസ്സിലാക്കാമായിരുന്നു. ശാന്തിയും കുട്ടികളും ഒരാഴ്ചകൂടി നിന്നു. വിശ്വനാഥൻ മസ്കറ്റിലേക്ക് ഇടയ്ക്ക് മടങ്ങിയിരുന്നു. അവൻ അവരെ കൂട്ടാൻ വരും മുൻപ് അവൾ ചില ഏർപ്പാടുകൾ ചെയ്തുതന്നു. ട്രഷറിയിലും സ്റ്റേറ്റ് ബാങ്കിലും കമലയുടെ പേരിലുള്ള ചില ഫിക്സഡ് ഡിപ്പോസിറ്റുകൾ കാലാവധി പൂർത്തിയാക്കിയിരുന്നു. അവ ഡെത്ത് സർട്ടിഫിക്കറ്റ് ഹാജരാക്കി പണമായി സേവിങ്സ് അക്കൗണ്ടിലേക്ക് മാറ്റിത്തന്നു. ശാന്തിയുടെ ക്ലാസ്മേറ്റ് ജ്യോതിബായിയായിരുന്നു ബാങ്ക് മാനേജർ എന്നത് കാര്യങ്ങൾ സുഗമമാക്കി. ശാന്തിയുടെ ഇളയ മകൾ ഐശ്വര്യ ഏഴാംക്ലാസ് കഴിഞ്ഞാൽ ഡൂൺ സ്കൂളിൽ ചേരാൻ താത്പര്യം പ്രകടിപ്പിച്ചിട്ടുണ്ടെന്ന് അവൾ പറഞ്ഞു. നല്ല കാര്യം. ഡൂണിലാവുമ്പോൾ അവിടന്ന് നേരിട്ട് സിവിൽ സർവീസ് അക്കാദമിയുടെ പടവുകൾ ചവിട്ടാമല്ലോ. ഒരു നല്ല തുക ബോഡിങ്ങിന് ചെലവാകും. വിശ്വൻ സമ്മതിക്കുകേല.

"അപ്പാ, ഐശ്വര്യയുടെ പേരിൽ ഒരു തുക ഡിപ്പോസിറ്റ് ചെയ്യണം. അമ്മയോട് നേരത്തേ ഞാൻ ഫോണിൽ പറഞ്ഞിട്ടുണ്ട്."

ശാന്തിയുടെ നിവേദനം ന്യായം. കമലയുടെ തിരുശേഷിപ്പിൽ നല്ലൊരു തുക കൊച്ചുമകൾ ഐശ്വര്യയുടെ പേരിൽ വിളങ്ങി.

"നീയിത് ആരോടും പറയാൻ നിൽക്കണ്ട, നിന്റെ ഏട്ടന്മാർക്കിതു മതി ചാടിത്തുള്ളാൻ."

അവൾ പഴയ ശാന്തിക്കുട്ടിയായി, സുഖിപ്പിക്കുന്ന ചിരി ചിരിച്ച് പുണർന്നു കയറി ഉമ്മകൾ തന്ന് കൊഞ്ചിക്കുഴഞ്ഞു: "ഞാനിക്കാര്യങ്ങൾ അണ്ണന്മാരോട് പറയുമെന്ന് അപ്പാ കരുതുന്നുവോ?"

"അപ്പാ..." ശാന്തി പിന്നെ പതിയേ പറഞ്ഞു. "അപ്പാവിനെ കൂടെ മസ്കറ്റിലേക്ക് കൊണ്ടുപോകണമെന്ന് എനിക്ക് ആഗ്രഹമില്ലാഞ്ഞിട്ടല്ല. വിശ്വൻ എപ്പോഴും ടൂറിലാ. അവിടെ പിള്ളേര്ടെ കാര്യം നോക്കാൻതന്നെ എനിക്ക് സമയം തികയത്തില്ല. ഉച്ചയ്ക്കുശേഷം ക്ലബ്ബിന്റെ ചാരിറ്റി വർക്കുമുണ്ട്. ഞാനീവർഷം വുമൻസ് വിങ് സെക്രട്ടറിയാ. അതോണ്ട് ഈ വർഷം അപ്പാ ഇവിടെത്തന്നെ ഒന്നഡ്ജസ്റ്റ് ചെയ്യണം. ഞാനൊരു ഹോം നേഴ്സിനെ ഏർപ്പാടാക്കാം. ഭക്ഷണത്തിനും മറ്റുമായി അപ്പാ ഇവിടെ ബുദ്ധിമുട്ടുന്നത് എനിക്ക് സഹിക്കുകേലാ. അമ്മ ഉണ്ടായിരുന്നപ്പോ എങ്ങനെയോ,

ആ ചിട്ടകളിൽത്തന്നെ അപ്പ ഇനീം ഇവിടെ കഴിയണംന്നാ എന്റെ ആഗ്രഹം.”

അഭിമാനം തോന്നി. ഇത്രയൊക്കെ ഈ ചെറുപ്രായത്തിൽത്തന്നെ അവൾ ചിന്തിച്ചു കൂട്ടുന്നുവല്ലോ. അവളുടെ ഏട്ടന്മാർക്കില്ലാത്ത വിചാരവും മുന്നൊരുക്കങ്ങളും അവൾ പുലർത്തുന്നത് സന്തോഷകരംതന്നെ. എങ്കിലും തടഞ്ഞു.

“ഇവിടെയിപ്പോ അത്യാവശ്യത്തിന് പാചകമൊക്കെ എനിക്കറിയാം മോളേ. ഹോം നേഴ്സിനെ വെക്കാൻ മാത്രം ഞാൻ കിഴവനായിട്ടൊന്നുമില്ല.”

“എന്തായീ പറയുന്നത്?” ശാന്തി തടഞ്ഞു. “അപ്പായ്ക്കിത് എഴുപതാ വയസ്സ്. ഷുഗറും പ്രഷറും ഒക്കെ ആവശ്യത്തിന് കൂട്ടുണ്ട്. ഈ പുസ്തകങ്ങളും വായിച്ചോണ്ടിരുന്നാ അപ്പാ ഭക്ഷണോം മരുന്നും ഒക്കെ മറക്കും. സമയത്തിന് ഒന്നും കഴിക്കാതിരുന്നാ പിന്നെ ഞങ്ങൾക്കാ പാട്. ഇനിയും പിണ്ഡം വെക്കാൻ കൂടെക്കൂടെ ഇങ്ങനെ പറന്നുവരാനൊന്നും പറ്റുകേലാ.”

വലിയൊരു ഫലിതം പറഞ്ഞ മട്ടിൽ ശാന്തി ചിരിച്ചു. അവളുടെ കുട്ടികൾ ഏറ്റുചിരിച്ചു.

അവൾ പിന്നെ വിശദമായി സംസാരിച്ചു. “നമ്മുടെ സമൂഹമഠത്തിലെ അനന്തൻ സ്വാമിയാര് മുഖേന ഡീസന്റായ ഒരു ഹോം നേഴ്സിനെ കണ്ടുവെച്ചിട്ടുണ്ട് ഞാൻ. രാവിലെ വന്ന് അവർ അടുക്കളക്കാര്യങ്ങളൊക്കെ നോക്കും. വൈകുന്നേരം തിരിച്ചുപൊയ്ക്കോളും. അപ്പ മറിച്ചൊന്നും പറയണ്ട, ഒന്നും അറിയുകയും വേണ്ട.”

അങ്ങനെ ദേവിയമ്മ വന്നു. ശ്രീദേവി എന്നാണ് പേര്. ഹരിനഗറിലാണ് താമസം. വീട്ടിൽ ഭർത്താവ് മാത്രമേയുള്ളൂ. മകൾ ഒരാളുള്ളത് കല്യാണം കഴിഞ്ഞ് നാഗർകോവിലിലാണ്. വല്ലപ്പോഴുമേ വരൂ. വരാറേയില്ല എന്നും പറയാം. ഭർത്താവിന്റെ അമ്മ കിടപ്പുരോഗിയാണ്. ശുശ്രൂഷിക്കാൻ എന്നും അടുത്ത് വേണം.

“നന്നായിട്ട് വെജിറ്റേറിയൻ വെക്കാനറിയാം ദേവിയമ്മയ്ക്ക്.” ശാന്തി പറഞ്ഞു. “കുറച്ചുകാലം വെള്ളനാട് ഹോസ്പിറ്റലിൽ കാഷ്വൽ നേഴ്സായി ജോലിചെയ്തിട്ടുള്ളതോണ്ട് അത്യാവശ്യം ഫസ്റ്റ് എയ്ഡൊക്കെയറിയാം. മരുന്നിന്റെ കാര്യമൊക്കെ കിറുകൃത്യം. അപ്പായ്ക്ക് എല്ലാംകൊണ്ടും സഹായമാവും. ഞാൻ നന്നായി ഇന്റർവ്യൂ ചെയ്താ കൊണ്ടുവന്നിരിക്കുന്നേ.”

ശരിക്കും ശ്രീദേവിതന്നെയായിരുന്നു. എന്നും തൂവെള്ള സെറ്റ് സാരിയുടുത്തേ കണ്ടിട്ടുള്ളൂ. സാരിക്ക് വീതിയുള്ള കര, ഓരോ

തരം വർണങ്ങളിൽ. നെറ്റിയിൽ ചന്ദനക്കുറിയും വലിയ ചുവന്ന പൊട്ടും. ആറ്റുകാലമ്മയുടെ ചോപ്പ് കുങ്കുമം എപ്പോഴും നെറുകയിൽ രക്തസിന്ദൂരമായി തിളങ്ങി. കാലത്തേ ശ്രീദേവി എത്തും. ആറര മണിയുടെ അലാറത്തിന്റെ കൃത്യത അറിഞ്ഞതിൽപ്പിന്നെ അതായി നിഷ്ഠ. വന്നയുടനെ സ്റ്റൗവിൽ കട്ടൻകാപ്പി തിളയ്ക്കും. ഒരാഴ്ച കൊണ്ട് ഗൃഹനാഥന്റെ ഇഷ്ടാനിഷ്ടങ്ങൾ ശ്രീദേവി ശരിക്കും പഠിച്ചെടുത്തു. അത്ഭുതമായിരുന്നു. കമലപോലും കാപ്പിയുടെ കടുപ്പം തെറ്റിക്കുമായിരുന്നു; എരിവിലും പുളിയിലും ഏറ്റക്കുറച്ചിലുകൾ വരും. എന്നാൽ ശ്രീദേവിയുടെ ഉപ്പുമാവിൽ ഉപ്പ് പാകം. രസത്തിൽ കായത്തിന്റെയും പുളിയുടെയും ചേരുവകൾ സമം. പുളിശ്ശേരിക്കുമതെ എരിവും പുളിയും കേമം. അവിയലിൽ പാവയ്ക്ക ചേർത്താൽ രുചി കൂടുമെന്ന് തെളിയിച്ചത് ശ്രീദേവിയായിരുന്നു. കമലയ്ക്ക് പാവയ്ക്കയുടെ കയ്പ് ചതുർത്ഥിയായതിനാൽ ഒരിക്കലും അവിയലിൽ അത് കിടന്ന് കുറുകിയില്ല. ഇഷ്ടമാണെന്നറിഞ്ഞപ്പോൾ തീൻമേശമേൽ പലപ്പോഴും പുതുമോടിയിലുള്ള അവിയലും രസവും സ്ഥാനം പിടിച്ചു. വൈവിധ്യത്തിന്റെ അവിയലനുഭവമായി ജീവിതവഴികൾ. രസകരമായി ദിനചര്യകൾ.

വൈകുന്നേരത്തോടെ ശ്രീദേവി മടങ്ങും. രാത്രിയിലേക്കുള്ള ചപ്പാത്തിയോ ഗോതമ്പു ദോശയോ ഉപ്പുമാവോ ഉണ്ടാക്കി കാസറോളിൽ ചൂടാറാതെ അടച്ചുവെച്ചിരിക്കും. ഭർത്താവിന് കവടിയാറിലൊരു ഫ്ളാറ്റിൽ രാത്രി കാവൽജോലിയാണ്. നേരത്തേ അയാൾ വികാസ് ഭവനിൽ സെക്യൂരിറ്റിയായിരുന്നു. റിട്ടയർമെന്റ് ആയശേഷം നൈറ്റ് വാച്ചറായി പലേടത്തും ജോലി ചെയ്തു. കവടിയാറിലേത് വലിയൊരു ഫ്ളാറ്റ് സമുച്ചയമാണ്. പണി കൂടുതലാണ്. എങ്കിലും ബോറടി മാറ്റാൻ ഒരു ജോലി. അതും ഭർത്താവിന് അറിയാവുന്ന തൊഴിൽ. അങ്ങനെയാണ് ശ്രീദേവി പറഞ്ഞത്.

എല്ലാം കൊള്ളാം. പക്ഷേ, ഒറ്റയ്ക്കിരുന്ന് ഭക്ഷണം കഴിക്കുന്ന ഏർപ്പാട് അത്ര സുഖകരമല്ല. കമലയോടൊത്തായിരുന്നു എന്നും ഭക്ഷണനേരങ്ങൾ. ഓരോന്നും ആസ്വദിച്ചും വിലയിരുത്തിയും വിമർശിച്ചും കഴിക്കുമ്പോൾ സമയം കടന്നുപോകുന്നതറിയില്ല. ഭക്ഷണവുമതെ, പുസ്തകങ്ങൾപോലെ ആസ്വദിച്ച് ഉൾക്കൊള്ളേണ്ടതാണ്. വായനയിലെ വൈവിധ്യം ഭക്ഷണങ്ങളിലുമുണ്ടായിരുന്നു. ഓരോ ദിവസവും. വ്യത്യസ്ത വിഭവങ്ങൾ, രുചികൾ...

ശ്രീദേവിയുമതെ, വൈവിധ്യത്തിന്റെ പാതയിൽത്തന്നെയാണ് സഞ്ചരിച്ചത്. എങ്കിലും തീൻമേശയിൽ കടുത്ത ശൂന്യത. ഒരിക്കൽ ഒന്നിച്ചിരിക്കാൻ നിർബന്ധിച്ചപ്പോൾ അവൾ, അയ്യോ എന്നു പറഞ്ഞ്

തടഞ്ഞു: “സാറിന്റെ കൂടെയിരിക്കാനോ? അതൊന്നും പറ്റുകേലാ. ഞാൻ പിന്നെ കഴിച്ചോളാം.”

കഴിക്കുന്നതും നോക്കി അവൾ വാതിൽക്കൽ നിന്നു. പ്ലേറ്റ് ഒഴിയുമ്പോൾ കുറച്ചുകൂടി എന്ന് നിർബന്ധിച്ച് വീണ്ടും ചോറുവിളമ്പി. വെണ്ടക്കാസാമ്പാറും ഉള്ളിത്തീയലും അതിനുമേൽ തൂവി. സ്നേഹവും കരുതലും അവയ്ക്കുമേൽ താളിച്ചിരുന്നതായി തോന്നി.

സന്ധ്യയോടെ ശ്രീദേവി മടങ്ങിപ്പോവുമ്പോൾ വീട്ടിൽ ഏകാന്തത വന്നുനിറയും. രാത്രിയുടെ നരച്ച കറുപ്പുതന്നെയായിരുന്നു ഏകാന്തതയ്ക്കും. ഒരുതരം നിശ്ശബ്ദത. ശാന്തി ഇടയ്ക്ക് വിളിക്കും, അപ്പാ എന്തുചെയ്യുന്നു എന്ന് ചോദിക്കും. ചുമ്മാ കണ്ണടച്ച് ഇരിക്കുന്നു എന്ന് പറയുമ്പോൾ അവൾ പറയും; “ആ ടി.വി. വെച്ചൂടെ അപ്പായ്ക്ക്, ചെറിയ കുട്ടികൾ നല്ല പാട്ടുപാടുന്നുണ്ട്” എന്ന്.

ടെലിവിഷനിലെ വർണചാനലുകൾ ഒന്നും ദഹിക്കുന്നില്ല. പാട്ടും കൂത്തുമൊന്നും അല്ലെങ്കിലും ഒരിക്കലും ആസ്വാദ്യമായിരുന്നില്ല. പൊളിറ്റിക്സിൽ കമ്പമുണ്ടായിരുന്നു മുൻപൊക്കെ. ഇപ്പോഴിപ്പോഴായി അതിലുമില്ല താത്പര്യം. കഴിഞ്ഞ രണ്ട് ഇലക്ഷനിലും വോട്ട് ചെയ്തിട്ടില്ല, ആരും വോട്ട് ചോദിച്ച് വന്നിട്ടുമില്ല.

പഴയ പുസ്തകങ്ങൾ വെറുതേ മറിച്ചുനോക്കുകയാണ് ഇപ്പോൾ കമ്പം. പൊറ്റെക്കാട്ടും ഉറൂബും മോപ്പസാങ്ങും നന്തനാരുമൊക്കെ കൈയെത്താവുന്ന അകലത്തിൽ കിടക്കയിലുണ്ട്. സ്വീകരണമുറിയിലെ സ്ഥലം ഏതാണ്ട് മുഴുവനായും അപഹരിച്ചു നിൽക്കുകയാണ് അഞ്ചാറ് കൂറ്റൻ ഷെൽഫുകൾ. അവയിലിരുന്ന് ചിലപ്പോൾ ദസ്തയേവ്സ്കി വിളിക്കും. ഒരുകാലത്ത് വലിയ കൂട്ടായിരുന്നു. പുള്ളിക്കാരന്റെ കൂടെ പബ്ബുകളിലും ചൂതാട്ടക്കളരികളിലും കറങ്ങി നടന്നിട്ടുണ്ട്. ലഹരിയുടെ മാസ്മരികവഴികളിലൂടെ തോളിൽ കൈയിട്ട് നടന്നിട്ടുണ്ട്. ക്രൈം ആൻഡ് പണിഷ്മെന്റ് പലതവണ വിചാരണയെടുത്തപ്പോഴൊക്കെ അസഹ്യതയോടെ അയാൾ ഇറങ്ങിപ്പോകും. അപ്പോഴൊക്കെ അന്ന വന്നാണ് ഒത്തുതീർപ്പുണ്ടാക്കുക. അന്നയെ ദസ്തേവിന് എന്നും ഭയമായിരുന്നു. അവളില്ലെങ്കിൽ അയാൾക്ക് ഒരക്ഷരംപോലും എഴുതാനാവില്ലെന്ന് തോന്നിയിട്ടുണ്ട്.

കാലത്ത് വടക്കേപ്പുറത്തെ കൊന്നമരത്തിൽ വന്നിരിക്കുന്ന ഒരു കുയിലമ്മയുണ്ട്. അഞ്ചഞ്ചരമണിക്കുതന്നെ തുടങ്ങും രാഗാലാപനം. നല്ല ശ്രുതിബദ്ധമായ സംഗീതമാണ്. കുയിലമ്മ കൂവിത്തുടങ്ങുമ്പോൾ, പ്രതിധ്വനിപോലെ ദൂരെയെങ്ങുനിന്നോ മറുകൂവൽ ഉയരും. അതങ്ങനെ നീണ്ടുപോകും. സൂര്യരശ്മികൾ പടികടന്ന്, മുറ്റത്ത്

ചിതറിക്കിടക്കുന്ന പത്രത്താളുകളിൽ വീണുപരന്ന്, കിഴക്കൻ ജാലകത്തിലേക്ക് എത്തിനോക്കുംവരെ ആ സംഗീതവിരുന്ന് അന്തരീക്ഷത്തിലുണ്ടാകും. പിന്നെ അത് സ്വിച്ചമർത്തിയതുപോലെ നിലയ്ക്കും. റോഡിലൂടെ പോകുന്ന ചെറുവാഹനങ്ങളുടെ ഹോൺശബ്ദമോ മുരൾച്ചയോ മാത്രമാകും പിന്നെ. അയൽപക്കക്കാരൊക്കെ ഇപ്പോൾ അന്യരാണ്. കമലയുണ്ടായിരുന്നപ്പോൾ, അവളെത്തേടി അവിടങ്ങളിലെ വീട്ടമ്മമാർ വല്ലപ്പോഴും വരുമായിരുന്നു. സദാ പുസ്തകങ്ങളിൽ തലപൂഴ്ത്തിയിരിക്കുന്ന ഗൃഹനാഥനെ അയലത്തെ ആണുങ്ങൾക്കും അകലങ്ങളിലെ ബന്ധുജനങ്ങൾക്കും ഇഷ്ടമായിരുന്നില്ല. സാരമില്ല, ബന്ധുക്കളും സുഹൃത്തുക്കളും പുസ്തകങ്ങളിൽ നിന്നിറങ്ങി വന്ന് സദാ അഭിവാദ്യം ചെയ്തുകൊണ്ടേയിരുന്നു. അതിൽ തൃപ്തനാണ് താനും. വല്ലപ്പോഴും ആദിയോ ലോകനോ വിളിക്കും. ലാൻഡ്ഫോൺ ശബ്ദത്തിന്റെ ചിലമ്പൽ കേൾക്കുമ്പോഴറിയാം. ആരാണ് മറുതലയ്ക്കലെന്ന്. അതെന്തോ അങ്ങനെയാണ്. ഉദ്ദേശിച്ച ആൾ തന്നെയാവും.

“അപ്പായ്ക്ക് സുഖമാണോ, മരുന്നൊക്കെ കഴിക്കുന്നില്ലേ? അവിടെ മഴയുണ്ടോ?”

തീർന്നു കുശലാന്വേഷണം. പിന്നെ അവരുടെ ജോലിത്തിരക്കുകളെപ്പറ്റി വർണിക്കും. ഒരു ഗുഡ്നൈറ്റോടെ തിരശ്ശീല വീഴും. രാത്രി പിന്നേയും ബാക്കിയാവും. ശാന്തി വിളിച്ചാൽ കുറച്ചുകൂടി നീളും. ഐശ്വര്യയുടെയും ബാലുവിന്റെയും പഠനം. വിശ്വനാഥന്റെ ടൂർ പ്രോഗ്രാമുകൾ. ദേവിയമ്മ വന്നിരുന്നില്ലേ, ഭക്ഷണമൊക്കെ നന്നായി വയ്ക്കുന്നുണ്ടോ അങ്ങനെ നീളും സംഭാഷണം. ഇപ്പോഴിപ്പോഴായി മൂവരുടെയും വിളികൾക്ക് അകലം കൂടുന്നുണ്ട്. തിരക്കുകൊണ്ടായിരിക്കും.

ഒരുനാൾ ശ്രീദേവി വന്നില്ല. ഉച്ചയോടെ ലാൻഡ് ഫോണിൽ വിളി വന്നു. ശ്രീദേവിയുടെ മകളാണ്: “അച്ഛൻ ഇന്നലെ രാത്രി ഫ്ളാറ്റിലെ കാവൽപ്പുരയിൽ തലകറങ്ങി വീണു. ഹെഡ് ഇൻജുറിയുണ്ട്. കോസ്മോയിൽ ഐ.സി.യു.വിലാണ്.”

രാത്രിയോടെ അവൾ വീണ്ടും വിളിച്ചു: “അച്ഛൻ പോയി.”

കറുത്ത രാത്രിയിൽനിന്ന് അവ്യക്തമായ നിഴൽരൂപങ്ങൾ ഇറങ്ങി വന്ന് ചുറ്റിലും കാവൽ നിന്നു. ഇതുവരെ കാണാത്ത ഒരു മനുഷ്യനാണെങ്കിലും ജീവിതത്തിൽനിന്ന് അത്രമേൽ പ്രിയപ്പെട്ട ഒരാൾ ചാടിയിറങ്ങിപ്പോയ ദുഃഖഭാരവുമായി ആ രാത്രി കഴിച്ചുകൂട്ടി. ഹരിനഗറിൽ ശ്രീദേവി താമസിക്കുന്നതെവിടെ എന്നറിഞ്ഞുകൂടാ. എങ്കിലും പിറ്റേന്ന് കാലത്ത് നിരത്തിലിറങ്ങി, ആദ്യം കണ്ട

ഓട്ടോയ്ക്ക് കൈനീട്ടി ഹരിനഗറിലെത്തി, കറുത്ത കൊടി കെട്ടിയ വീട് കണ്ടെത്തി. ഒരു പഴയ വീട്, മുന്നിൽ കുറച്ച് ആളുകൾ. വരാന്തയിൽ കരയുന്ന സ്ത്രീകളിൽ ശ്രീദേവിയുണ്ട്. നിലവിളക്കിന് മുന്നിൽ വെള്ള പുതപ്പിച്ച് കിടത്തിയ ദേഹം. തണുത്ത മുഖം. അടഞ്ഞ കണ്ണുകൾ. ചന്ദനത്തിരിയുടെ ഗന്ധം. പതിഞ്ഞ താളത്തിലുള്ള കരച്ചിൽ. ശ്രീദേവി ഒരുവേള തളർന്ന മുഖമുയർത്തിനോക്കി. പിന്നെ കാൽമുട്ടിൽ മുഖം തിരുകി തേങ്ങി.

ചടങ്ങുകൾ കഴിഞ്ഞ് അഞ്ചാംനാൾ ശ്രീദേവി വന്നു. മുഖം ശാന്തമായിരുന്നു.

“മോളും മക്കളുമൊക്കെ ഇന്നലെ പോയി. വീട്ടിൽ തനിച്ചിരിക്കുമ്പോ വേണ്ടാത്ത ചിന്തകളാ. ഇവിടെ സാറിന്റെ കാര്യമോർത്തപ്പോ സങ്കടം തോന്നി. ഭക്ഷണമൊക്കെ സ്വയമുണ്ടാക്കിക്കഴിച്ചു, അല്ലേ? മരുന്ന് സമയാസമയം കഴിച്ചിരുന്നോ?”

അടുക്കള ഉണർന്നു. തീൻമേശ ഉണർന്നു. വീടുണർന്നു.

വായനാമുറിയിലെ ഓറഞ്ച് ഷെൽഫിലാകെ ഇംഗ്ലീഷ് നോവലുകളാണ്. ലാറ്റിനമേരിക്കയിലെയും ഫ്രാൻസിലെയും ജർമനിയിലെയും പോളണ്ടിലെയും തെരുവീഥികളും പാടങ്ങളും നഗരദീപങ്ങളും നിശാസംഗീതവുമൊക്കെ അവയിൽനിന്ന് സദാ പ്രസരിച്ചുകൊണ്ടിരുന്നു. മുകൾനിരയിൽനിന്നുതന്നെ പാസ്കൽ മെഴ്സിയർ വന്ന് അഭിവാദ്യം ചെയ്തു. നൈറ്റ് ട്രെയിൻ ടു ലിസ്ബൺ പലതവണ വായിച്ചതാണ്. എല്ലാം ഓർമ്മയിലുണ്ട്. മൗനത്തിന്റെ സംഗീതം, നിശ്ശബ്ദതയുടെ സൗന്ദര്യം. അതാണ് മെഴ്സിയർ വർണിക്കുന്നത്. അൻപത്തിയേഴുകാരൻ റെയ്മണ്ട് ഗ്രിഗോറിയോസ് മഴ നിറഞ്ഞ ആ പ്രഭാതത്തിൽ ലിസ്ബണിലെ ഒരു പാലത്തിൽവെച്ച് ആ സ്ത്രീയെ സന്ധിക്കുന്നതോടെ ജീവിതം പ്രാർത്ഥനാഭരിതമാകുന്നു. ഓ, ഗ്രിഗോറിയോസ്, ഓർമ്മയുണ്ടോ, നിന്നോടൊപ്പം ഞാനെത്ര തവണ ബേണിലെ ആ നഗരപാഠശാലയിൽ ലാറ്റിനും ക്ലാസിക്കൽ ഗ്രീക്കും ഹീബ്രുവും പഠിക്കാനിരുന്നിരുന്നു? പഴയ പുസ്തകങ്ങൾ വിൽക്കുന്ന ആ കടയിൽനിന്നും നീ വാങ്ങിച്ച എ ഗോൾഡ്സ്മിത്ത് ഓഫ് വേഡ്സ് എന്ന പോർച്ചുഗീസ് ഭാഷയിലുള്ള പുസ്തകം വായിച്ചുതീർന്നുവോ? എനിക്ക് തരുമോ?

പേജുകൾ ചുമ്മാ മറിഞ്ഞുപോവുകയായിരുന്നു. ആർദ്രമായ മിഴികൾ നിറഞ്ഞുതൂവുന്നുണ്ടായിരുന്നു.

ശ്രീദേവി ചോദിച്ചു. “എന്തുപറ്റി സാർ? സുഖമില്ലേ?”

“ഒന്നുമില്ല.”

എഴുന്നേറ്റ് പതിയെ അവളുടെ വലതുകരം ഗ്രഹിച്ചു. നല്ല തണുപ്പ്. പതുപതുപ്പ്. ആ കണ്ണുകളിൽ ദുഃഖച്ഛവിയുണ്ടോ? അങ്ങനെ നോക്കി നിന്നു ഏറെനേരം.

ആ വൈകുന്നേരം നന്നായി മഴ പെയ്തു. മഴക്കാലത്തിന്റെ തുടക്കമായിരുന്നു. പഴയ ഒരു കുടയും ചൂടിയാണ് ഈറൻസന്ധ്യ യിലൂടെ ശ്രീദേവി മടങ്ങിയത്. അവളുണ്ടാക്കിവെച്ച ചപ്പാത്തിയും കുറുമയും തീൻമേശയിലിരുന്ന് തണുത്തു. ഒന്നും കഴിക്കാൻ തോന്നി യില്ല.

പിന്നീടൊരു ദിവസം കവാബാത്തയുടെ ബ്യൂട്ടി ആൻഡ് സാഡ് നസ് വീണ്ടും മറിച്ചുനോക്കിക്കൊണ്ട് ഇരിക്കുകയായിരുന്നു. പ്രണയ ത്തിന്റെ മുറിവുകളും പേറി ക്യോട്ടോയിലെത്തുന്ന ഒക്കി എന്ന എഴു ത്തുകാരനും പതിനഞ്ചുകാരിയായ അയാളുടെ കാമുകി ഒട്ടോക്കിയും പരിസരങ്ങളിൽ പുഞ്ചിരിതൂകി നിന്നു. കവാബാത്തയുടെ ഈ നോവൽ സവിശേഷമാണെന്ന് എന്നും തോന്നിയിരുന്നു.

സൗണ്ട് ഓഫ് മൗണ്ടനും സ്നോ കൺട്രിയും അരികെത്തന്നെ യുണ്ടെങ്കിലും ഏകാന്തതയുടെ വിരഹസംഗീതം ബ്യൂട്ടി ആൻഡ് സാഡ്നസിൽ നിറഞ്ഞൊഴുകുന്നു.

ശ്രീദേവി ചോദിച്ചു: “എനിക്ക് വായിക്കാൻ പറ്റിയ വല്ലതുമുണ്ടോ, സാറിന്റെ ഷെൽഫുകളിൽ മലയാളം മതി. എനിക്കീ പരന്ത്രീ സൊന്നും ദഹിക്കുകേല.”

“നല്ല അവിയൽ പോലെ, ചൂടുള്ള രസംപോലെ ചില പുസ്തക ങ്ങളുണ്ട്. അത് വായിക്കും മുൻപ്, ചോദിക്കട്ടെ, മഹാഭാരതം വായി ച്ചിട്ടുണ്ടോ, ദേവീ? വ്യാസന്റെ ഭാരതമല്ല, വേറൊരെണ്ണം.”

കിഴക്കേയറ്റത്തെ മഞ്ഞ അലമാരയിൽ നിന്ന് രാജഗോപാലാ ചാരിയുടെ തർജമയെടുത്ത് പൊടിതട്ടി. അരികെത്തന്നെ 1951–ൽ ഭാരതീയ വിദ്യാഭവനിറക്കിയ ഇംഗ്ലീഷ് ഒറിജിനലുമുണ്ട്. കമല വാങ്ങി ച്ചതാണത്. അവൾക്കിഷ്ടമായിരുന്നു മലയാളവും ഇംഗ്ലീഷും.

“വായിക്കൂ. ലോകത്തെയറിയാം.”

ശ്രീദേവി ഒഴിവുവേളയിൽ വായന തുടങ്ങി. സന്തോഷം തോന്നി, സന്ധ്യയ്ക്ക് വീട്ടിലേക്ക് പോകാനിറങ്ങിയപ്പോൾ ദേവി ചോദിച്ചു: “ഞാനിത് കൊണ്ടുപോയി വായിച്ചുതീർത്ത് നാളെ കൊണ്ടുവരാം.”

“ഈ രാത്രികൊണ്ട് ഭാരതപര്യടനം നടത്തിത്തീരുമോ?”

ശ്രീദേവി ചിരിച്ചു: “പരീക്ഷിക്കാം.”

രാവിലെ ഉറക്കച്ചടവോടെ വന്നയുടൻ ശ്രീദേവി പറഞ്ഞു: “പര്യ ടനം വിജയകരമായിരുന്നു. ഒരു യുദ്ധക്കളത്തിൽനിന്ന് മോചനം നേടിവന്ന പോലുണ്ടിപ്പോൾ.”

അന്ന് കൊടുത്തത് വാരണാസിയും മഞ്ഞും.

ഒറ്റദിവസംകൊണ്ട് ശ്രീദേവി അവ രണ്ടും വായിച്ചുതീർത്തു. വിമലയെ വല്ലാതെ ഇഷ്ടപ്പെട്ടുവെന്ന് പറഞ്ഞു: "എന്തൊരു ഭാഷയാ എം.ടി. സാറിന്റേത്? ഒരിക്കൽ കാശിയിലും നൈനിറ്റാളിലുമൊക്കെ പോകണം." അവളുടെ കണ്ണുകൾ തിളങ്ങി.

അവിയലിനും ഉപ്പുമാവിനും ചപ്പാത്തിക്കുമിടയിലൂടെ ഒരു അലമാരയിൽനിന്ന് മറ്റൊരലമാരയിലേക്ക് മലയാളപുസ്തകങ്ങൾ തേടി ശ്രീദേവിതന്നെ യാത്ര തുടർന്നു. മഴക്കാലം തുടങ്ങി. ഇടിവെട്ടി മഴ പെയ്ത ഒരു സന്ധ്യയിൽ ശ്രീദേവി പേടിച്ചരണ്ട്, പുറത്തേക്കിറങ്ങാനാവാതെ നിന്നപ്പോൾ, അവളോട് പറഞ്ഞു: "ഈ രാത്രി ഇനി ആ വീട്ടിൽ ഒറ്റയ്ക്ക് നനഞ്ഞുപോയിട്ടെന്തിനാ? ഇവിടെ നമുക്ക് മിണ്ടീം പറഞ്ഞുമിരിക്കാം."

"ശരിയാ, ഞാനും അതാ ഓർക്കുന്നേ." ശ്രീദേവി പറഞ്ഞു.

അന്ന് തീൻമേശയിൽ ഒരുമിച്ചിരുന്ന് റാഗിദോശയും തേങ്ങാച്ചമ്മന്തിയും കഴിച്ചു. ചൂടുള്ള പാൽ കുടിച്ചു. 'പാണ്ഡവപുര'മെടുത്ത് കുറേ ഭാഗങ്ങൾ വായിച്ചുകൊടുത്തു. ദേവിയുടെയും ജാരന്റെയും കഥ ചുരുക്കി പറഞ്ഞപ്പോൾ ശ്രീദേവി അത്ഭുതം കൂറി. അപ്പോൾ മാധവിക്കുട്ടിയെക്കുറിച്ച് അവൾ ചോദിച്ചു.

"കഥയും കവിതയും എഴുതുമല്ലേ ആയമ്മ?"

"ഉവ്വ്," സമ്മതിച്ചു.

"അവരുടെ ഭർത്താവ് ദാസേട്ടനായിരുന്നു അവരുടെ ശക്തി. പക്ഷേ, അയാൾ തന്നെ ബലാത്സംഗം ചെയ്തു എന്നുവരെ അവർ ആത്മകഥയിലെഴുതിവെച്ചു. അപ്പോൾ?" ശ്രീദേവി കണ്ണുമിഴിച്ചു.

"കപടം, മിഥ്യ." വെറുതെ അവളോട് ചിരിച്ചു കാട്ടി: "പുസ്തകം ലക്ഷക്കണക്കിന് വിറ്റുപോയി. അത്രതന്നെ."

ശ്രീദേവി വല്ലപ്പോഴും മാത്രം വീട്ടിൽ പോയി. പോയാൽത്തന്നെ എല്ലാമൊന്ന് അടിച്ചുവാരിയൊതുക്കി വേഗം തിരിച്ചുവന്നു.

"സാറിന് ബോറടിച്ചോ?" കിതച്ചുകൊണ്ട് തിരിച്ചെത്തിയാലുടനെ അവൾ ചോദിക്കും.

"ഇല്ല, നീ ഉടനെത്തന്നെ വന്നല്ലോ, അതു നന്നായി."

പിന്നെ പുതിയ പുസ്തകം കൈയിലെടുക്കും. അപ്പോഴേക്കും അവൾ ഉച്ചയ്ക്കലേക്കുള്ള പാൽക്കഞ്ഞിയുണ്ടാക്കിയിരിക്കും. അല്ലെങ്കിൽ ചോറും സാമ്പാറും. ഗോതമ്പുപ്പുമാവും പുഴുങ്ങിയ പഴവും. ഭക്ഷണം കഴിഞ്ഞാൽ ഒരു പുതിയ പുസ്തകം തുറക്കും. ഒരു പുതിയ കഥ തുടങ്ങും.

ആദികേശവൻ വന്നത് ഒരു രാത്രിയിലാണ്. റിസർവ് ബാങ്കിന്റെ അടിയന്തര റീജണൽ കോൺഫറൻസിന് നഗരത്തിലെത്തിയതാണ്. മീറ്റിങ് നീണ്ടുപോയി. നാളെയും നിന്നേ പറ്റൂ.

കോളിങ് ബെൽ കേട്ട് വാതിൽ തുറന്നത് ശ്രീദേവിയാണ്. അവൻ അമ്പരപ്പ് മറച്ചുവെച്ച് അകത്തേക്കു വന്നു. പിറ്റേന്ന് പോകാൻ നേരം അവൻ ഉപചാരം ചോദിച്ചു: "അപ്പായ്ക്ക് സുഖം തന്നെയല്ലേ? മരുന്നൊക്കെ കൃത്യമായി കഴിക്കുന്നുണ്ടല്ലോ അല്ലേ?"

അന്ന് വൈകീട്ട്, ഏറെക്കാലത്തിനുശേഷമുള്ള ശാന്തിയുടെ ഫോൺ വന്നു: "അപ്പാ ഡേ ടൈം ഹോം നേഴ്സിനെ ഫുൾടൈമാക്കിയോ?"

"ചിലപ്പോ, ചില ദിവസങ്ങളിൽ," അങ്ങനെയാണ് മറുപടി പറഞ്ഞത്. "വയസ്സാവുന്നു. എന്തെങ്കിലും അത്യാവശ്യത്തിന് ആരും അടുത്തില്ലാതെ വന്നപ്പോ, രാത്രീലും നിക്കട്ടേന്ന് കരുതി. ഒരു സപ്പോർട്ടാവൂലോ."

ഒരാഴ്ചയെടുത്തില്ല. മക്കൾ മൂന്നുപേരും വന്നു. എല്ലാം തീരുമാനിച്ചുറപ്പിച്ചിരുന്നു.

"അപ്പാ ഇനി തനിച്ചിവിടെ കഴിയണ്ട, തൽക്കാലം മുംബൈയിൽ ആദിയുടെ ഫ്ളാറ്റിൽ കഴിയാം. അന്ധേരിയിൽ 'സ്വർഗ' എന്ന സീനിയർ സിറ്റിസൺസിനുള്ള പുതിയ ജോയിന്റ് ഫാമിലി ഹോം വരുന്നുണ്ട്. ഓരോ ആൾക്കും ഓരോ വില്ലകൾ കിട്ടും. ഇന്റിവിജ്വൽ ഫീലിങ് ഒക്കെയുണ്ടാവും. എങ്കിലും അടുത്തടുത്തായി സമാനമനസ്കരായ ആളുകൾ ഉണ്ടാകും."

ആദി ഒരു വർണാങ്കിത പുസ്തകം നീട്ടി. അതിൽ വില്ലകളുടെ മനോഹരചിത്രങ്ങൾ. കമനീയമായ ഉൾത്തളങ്ങൾ. നീണ്ട ഇടനാഴികൾ. സ്വിമ്മിങ്പൂൾ. യോഗാ കേന്ദ്രം.

"ഈ വീട് തത്കാലം അടച്ചിടാം. പത്രങ്ങളിൽ വിൽപ്പനപ്പരസ്യം കൊടുക്കാം. നല്ല വില കിട്ടുമ്പോ കൊടുക്കാം."

ലോകനാഥൻ പറഞ്ഞു: സാധനങ്ങളൊക്കെ ഇന്നുതന്നെ പാക്കു ചെയ്തോളൂ. നാളെത്തന്നെ നമുക്കിവിടം കാലിയാക്കാം."

ശാന്തി ശ്രീദേവിയോട് പറഞ്ഞു: "നാളെ മുതൽ വരണ്ട. ഞങ്ങൾ അപ്പാവിനെ കൊണ്ടുപോവുകയാണ്. നിങ്ങളുടെ പേമെന്റ് ഇന്നുതന്നെ സെറ്റിൽ ചെയ്തേക്കാം. ഇനി എത്ര രൂപകൂടി തരാനുണ്ട്?"

ശ്രീദേവി മിഴിച്ചുനിന്നു. കണ്ണുകളിൽ നിറഞ്ഞ സമുദ്രം ആരും കാണാതിരിക്കാൻ അടുക്കളപ്പുറത്തെ നിഴലിലേക്ക് മാറിനിന്നു.

വൈകുന്നേരം കരമനയിൽനിന്ന് പെട്ടിഓട്ടോയുമായി രണ്ട് തമിഴന്മാർ വന്നു. ശെൽവൻ, ദുരൈ എന്ന് അവർ സ്വയം പരിചയപ്പെടുത്തി. അലമാരകളിൽ നിന്നിറങ്ങി ജിബ്രാനും മോപ്പസാങ്ങും ചെക്കോവും എം.ടി.യും മുകുന്ദനും മാർക്കേസും സേതുവും ഷെല്ലിയും കൊയ്‌ലോയും അവർക്കു മുന്നിൽ തലകുനിച്ചുനിന്നു.

"കിലോയ്ക്ക് എട്ടുരൂപ. അതും ഈ കട്ടിബയിന്റ് കീറിയെടുത്ത് അകത്തെ കടലാസുമാത്രമേ തൂക്കാൻ പറ്റൂ" അവർ ത്രാസ്സും കട്ടയുമെടുത്തുവെച്ചുകൊണ്ടു പറഞ്ഞു.

"പ്രത്യേകം തൂക്കാനൊന്നും നിൽക്കണ്ട. ഈ ഷെൽഫുകളും ചേർത്ത് ഒരു ആക്രിവില പറഞ്ഞാമതി."

ലോകനാഥൻ പറഞ്ഞു. ആദികേശവൻ ശരിവെച്ചു. ശാന്തി തലകുലുക്കി.

ശെൽവനും ദുരൈയും വലിച്ചുപുറത്തിട്ട് പുറംചട്ട വലിച്ചുകീറി കുന്നുകൂട്ടിയ പുസ്തകങ്ങളിലേക്ക് ഒരുവേള നോക്കി. തല കറങ്ങുന്നു. ലോകം കറങ്ങിത്തിരിയുന്നു. മലർന്നടിച്ചു വീണു. പുസ്തകക്കൂനയ്ക്കുമേൽ, നഷ്ടമാകുന്ന ബോധത്തിനിടയിലും അറിയുന്നുണ്ടായിരുന്നു. ഒരപൂർവഗന്ധം ചുറ്റിലും. ആരോ അരികിലുണ്ട്. ആരോ ശിരസ്സിൽ തലോടുന്നുണ്ട്. പതിയെ ബോധം മറഞ്ഞുമറഞ്ഞു പോയി.

■

മദർ തെരേസ

ഒരു സൂക്ഷ്മദർശിനിയിലെന്നോണം, എന്റെ കിളിവാതിലിലൂടെ ഞാൻ നിരത്തിനപ്പുറത്തെ തെരേസാമ്മയുടെ ഇരുനിലഭവനം കാണുകയാണ്.

മുന്നിലെ വലിയ നാല് തേക്കുമരങ്ങളുടേയും പടർന്നുപന്തലിച്ച് കാഴ്ചകൾ മറച്ചിരുന്ന മൂവാണ്ടൻ മാവിന്റെയും ചില്ലകൾ ഛേദിച്ചൊരുക്കി തെരേസാമ്മ എന്റെ കാഴ്ചയ്ക്ക് ഇപ്പോൾ പൂർണത നൽകിയിരിക്കുന്നു. എന്നും അടച്ചിട്ട എന്റെ ബാൽക്കണിയിലിരുന്ന്, പാതിതുറന്ന വാതിലിലൂടെ ഞാൻ പുറംകാഴ്ചകളിൽ അഭിരമിക്കുന്നുണ്ടെന്ന് തെരേസാമ്മ അറിഞ്ഞതുകൊണ്ടൊന്നുമല്ല ഇത്. അവർ കുറേക്കാലമായി ഒരു വനാന്തർഭാഗത്തെന്നോണം 'ജാക്സൺ വില്ല' എന്ന ആ ഭവനത്തെ ഹരിതജാലങ്ങളാൽ നിറച്ചുവെച്ചിരിക്കയായിരുന്നു. മരങ്ങൾ ചില്ലകളാലും മുറ്റത്ത് പടർന്നുപന്തലിച്ചു നിൽക്കുന്ന ഇല്ലിമുളം കൂട്ടങ്ങൾ അവയുടെ ശബളപത്രങ്ങളാലും അക്ഷൗഹിണി തീർത്തു. അതായിരുന്നു എന്റെ ഒളിക്കാഴ്ചയുടെ കൗതുകവും.

തെരേസാമ്മ ഒരു നീളൻ ഗൗണും എലിസബത്ത് രാജ്ഞി ധരിക്കുംപോലുള്ള ഒരുവലിയ ഹാറ്റും കൈയിലൊരു വളയൻ കാലൻകുടയും ചിലപ്പോഴൊക്കെ മദർതെരേസയുടേതുപോലുള്ള വിശുദ്ധ ധവളിമയിൽ നീലക്കരയുള്ള കൈത്തറി സാരിയും ശിരോവസ്ത്രവുമായും തോളിലൊരു കറുത്ത ലതർബാഗും തൂക്കി പുറത്തിറങ്ങുന്ന കാഴ്ചയ്ക്കായാണ് എന്റെ കാത്തിരിപ്പ്. സത്യത്തിൽ അതിനായാണ്, എന്റെ കമ്പനി അസൈൻമെന്റ് തീർന്നിട്ടും സഹപ്രവർത്തകർ പിരിഞ്ഞിട്ടും ഞാനീ ഫ്ളാറ്റ് വിട്ടുകൊടുക്കാതെ ഇവിടെ തങ്ങുന്നത്. തെരേസാമ്മ എന്ന ആ സ്ത്രീ എന്റെ മുന്നിൽ ഒരു സമസ്യയാണ്, അതിലേക്ക് വെളിച്ചം വീശേണ്ടത് എന്റെ ജന്മദൗത്യമാണെന്നുപോലും ഞാൻ കരുതി.

ഇന്നുരാവിലെ അനീറ്റ വിളിച്ചിരുന്നു.

“സാമൂ എന്താ അവിടെത്തന്നെ ചുറ്റിപ്പറ്റി നിൽക്കുന്നേ? ഹെഡ് ഓഫീസില് റീജോയിൻ ചെയ്യാനുള്ളതല്ലേ?”

“രണ്ടാഴ്ച ജോയിനിങ് ടൈമുണ്ട്.” ഞാൻ പറഞ്ഞു. ‘ഇവിടെയിപ്പോ കമ്പനി തന്ന ടൈമിനേക്കാൾ പത്തുനാൾ മുമ്പേ ഞാൻ വർക്ക് ഫിനിഷ് ചെയ്തിരിക്കയാ. വാടക ഫ്ളാറ്റിന്റെ കരാറും ബാക്കിയുണ്ട്.” വളരെ വിശദമായിത്തന്നെ അവളോട് സംസാരിച്ചു. ‘അടുത്ത ആഴ്ച മടങ്ങാൻ നോക്കാം.”

“അപ്പോ അവിടങ്ങ് സുഖിച്ച് കഴിയ്വാന്ന് സാരം. അനീറ്റ കെറുവിച്ചു.

അവളുടെ അസ്വാരസ്യം ശബ്ദത്തിൽ വ്യക്തമായിരുന്നു. രണ്ടു മാസങ്ങൾക്കപ്പുറം, ഡിസംബറിൽ ഞങ്ങളുടെ ഒളിച്ചോട്ട വിവാഹമാണ്. സാമുവൽ പീറ്റർ എന്ന വാട്ടർ പ്യൂരിഫയിങ് ഏജൻസി എഞ്ചിനീയറും അനീറ്റ കുര്യൻ എന്ന ബാങ്ക് ഓഫീസറും ക്രിസ്തുമസ്സിന് തലേന്ന് അവളുടെ കഠോരഹൃദയരും പൊങ്ങച്ചധനികരുമായ അപ്പനമ്മമാരറിയാതെ ഒന്നാകും. ശരിക്കും ഞങ്ങൾ പഠനകാലത്തുതന്നെ ഒന്നായതല്ലേ എന്ന് കൂട്ടുകാർ ചോദിക്കും. അതു ശരിയല്ല. മാർ ഗ്രിഗോറിയോസിൽ കെമിക്കൽ എഞ്ചിനീയറിങ്ങ് ഒരുമിച്ച് പഠിക്കുമ്പോൾ ഞങ്ങൾ നല്ല സുഹൃത്തുക്കളായിരുന്നു. മനസ്സുകൊണ്ട് ഏകതാനത ഉണ്ടായിരുന്നു എന്നത് നേര്. പക്ഷേ രണ്ടുപേരും വിവാഹസങ്കല്പത്തിന്റെ കടുത്ത വിമർശകരായിരുന്നു. കാരണം ഞങ്ങൾ ഫാമിലി എന്ന ഇൻസ്റ്റിറ്റ്യൂഷന്റെ രണ്ടുതരത്തിലുള്ള രക്തസാക്ഷികളാണല്ലോ.

എനിക്ക് ഓർമവെച്ച നാൾ മുതൽ ഞാൻ സെന്റ് പീറ്റേഴ്സ് ചൈൽഡ് ഹോമിലാണ്. ഫാദർ അലോഷ്യസും റേച്ചൽ സിസ്റ്ററുമായിരുന്നു എന്റെ അപ്പനും അമ്മച്ചിയും. എന്നെപ്പോലെ ഒട്ടേറെപ്പേരുടെയും രക്ഷാധികാരികളായി അവർ വർത്തിച്ചു. പലപ്പോഴും ചോദിച്ചിട്ടുണ്ട്, ഞാൻ മണ്ണിൽനിന്ന് പൊട്ടിമുളച്ചതാണോന്ന്.

ഫാദർ ചിരിക്കും: “നാമൊക്കെ മണ്ണിൽനിന്നു വരുന്നു. മണ്ണിലേക്കുതന്നെ മടങ്ങുന്നു.”

അത് കേവലമായ ഒരു പ്രസ്താവനയായി എടുക്കുവാൻ എനിക്കാവുമായിരുന്നില്ല. കാരണം വളരുന്തോറും നമ്മുടെയൊക്കെ ചിന്തകൾ നാനാവഴികളിൽ സഞ്ചരിക്കുന്നു. സെന്റ് പീറ്റേഴ്സിലെ കുട്ടിക്കാലം വലിയ ആശങ്കകളില്ലാതെ കടന്നുപോയി. സമാനമനസ്കരായ കുട്ടികൾ. ഞങ്ങളെല്ലാം ഒരമ്മയുടെ മക്കളെന്നപോലെ കഴിഞ്ഞു, വളർന്നു. ഒരു വീട്ടിലെ കുട്ടികളെപ്പോലെ വലുതായിക്കൊണ്ടിരുന്നു. കുറേക്കൂടി വലിയ ക്ലാസ്സുകളിലേക്ക് കടന്നപ്പോഴാണ് ജീവിതമെന്നത്

ഓരോരുത്തർക്കും വ്യത്യസ്തമായ പുസ്തകമാണെന്ന് തിരിച്ചറിയുന്നത്. ഞാൻ വായിച്ച താളുകളല്ല അടുത്തിരിക്കുന്ന മാളിയേക്കൽ സെബാസ്റ്റ്യൻ വായിക്കുന്നതെന്നറിഞ്ഞപ്പോൾ അസ്വസ്ഥത നിഴലിട്ടു. നിലനിൽപ്പ്, അസ്തിത്വം തുടങ്ങിയ വേണ്ടാവ്യഥകളുടെ കാലമായിരുന്നു അത്. വേണ്ടാവ്യഥകൾ എന്നു വിശേഷിപ്പിച്ചത് അനീറ്റയായിരുന്നു.

പന്ത്രണ്ടാം ക്ലാസ് കഴിഞ്ഞ് റിസൾട്ട് കാത്ത് വേവലാതിയോടെ നീറിപ്പുകയവേ, ഒരു ഞായറാഴ്ചക്കുർബാന കഴിഞ്ഞ് മാടക്കം പള്ളിയുടെ ഓരത്ത്, കൂട്ടുകാരിൽ നിന്നൊഴിഞ്ഞു നിൽക്കുകയായിരുന്നു ഞാൻ. ചൈൽഡ് ഹോമിലെ അലനും ജോമോനും ഫ്രാൻസിയും കുര്യച്ചനുമൊക്കെ പള്ളിക്കകത്തു നിന്നു വരാൻ പിന്നെയും വൈകി. അപ്പോഴാണ്, ഓറഞ്ച് സ്കാർഫിനു കീഴെ ചിരിക്കുന്ന മുഖവുമായി അവൾ വന്നത്. കോറൽ ഗ്രൂപ്പിൽ രണ്ടുമൂന്നു ഞായറാഴ്ചയായി അവളെ കാണുന്നുണ്ടായിരുന്നു.

മനോഹരമായിരുന്നു അവളുടെ ശബ്ദം, മുഖവുമതെ. പാടുമ്പോൾ, പിന്നറ്റത്ത് തിരിയുന്ന പെഡസ്ട്രിയൽ ഫാനിലെ ചെറുകാറ്റിൽ സിൽക്ക് മുടിയിഴകൾ പാറിപ്പറന്നിരുന്നു. പാട്ടല്ല, അവളെത്തന്നെയാണ് ശ്രദ്ധിച്ചുനിന്നത് എന്ന് പിന്നീട് തോന്നി. അങ്ങനെ തോന്നിത്തുടങ്ങിയ ഒരുച്ചനേരം മുറിയിലെ പഞ്ഞിക്കിടക്കയിൽ ഉച്ചയുറക്കത്തിൽ ഉരുണ്ടുപിരണ്ടും കിടന്ന് വിഭ്രാന്തിയാൽ നനഞ്ഞു. ശരീരമാസകലം വിറകൊള്ളുന്നതുപോലെ. എഴുന്നേറ്റ് കണ്ണാടിയിൽ നോക്കി. പതുക്കെ, ചുണ്ടിനുതാഴെ കിളിർത്തുനിന്ന ചെമ്പൻരോമങ്ങൾ തലോടി, ചുണ്ടുകളും. നാണം കലശലായപ്പോൾ, വരാന്തയിലൂടെ ഓടി, അറ്റത്തെ കോമൺ ബാത്റൂമിൽച്ചെന്ന് വാതിലടച്ചു. തണുത്തജലം വീണുപരന്ന ശരീരം വീണ്ടും സ്വയമറിഞ്ഞു.

അന്നുമുതൽ അവൾക്ക് പിറകെത്തന്നെയായിരുന്നു കണ്ണുകൾ. ഞായറാഴ്ചകൾക്കായി കാത്തിരുന്നു. അവളെവിടെയായിരിക്കും മറ്റു ദിവസങ്ങൾ, ആരൊക്കെയാവും അവളുടെ വീട്ടിലുള്ളത്, എന്തൊക്കെയാവും തന്നെപ്പോലെ അവളും ഉറക്കത്തിൽ കാണുന്ന കിനാവുകൾ എന്നൊക്കെ ചിന്തിച്ചുചിന്തിച്ച് അസ്വസ്ഥനായി. അങ്ങനെയിരിക്കെയാണ്, ഉടനെ വരുന്ന പന്ത്രണ്ടാം ക്ലാസ്സിന്റെ പരീക്ഷാഫലമെന്ന വേവലാതി മറന്ന്, മാടക്കം പള്ളിയിലെ ആ ഞായറാഴ്ചക്കുർബാന കഴിഞ്ഞ് പടിക്കെട്ടുകൾക്ക് തൊട്ടുള്ള വാകമരമറവിൽ കാത്തുനിൽക്കേ, അവൾ ഓറഞ്ച് സ്കാർഫിന് കീഴിലെ കിലുകിലാച്ചിരിയുമായി കൂട്ടുകാരികളോടൊത്ത്...

അവൾ ചിരിക്കുന്നത് എന്നെ നോക്കിയാണ് എന്നു തോന്നി.

എന്റെ ചുണ്ടിലും മറുചിരിയുണ്ടായിരുന്നുവോ? അവൾ കൂട്ടുകാരികളെ വിട്ട്, പരിചിതഭാവത്തിൽ അടുത്തേക്ക് വന്നു.

“സാമുവലല്ലേ, സാമുവൽ പീറ്റർ?” അവൾ ചോദിച്ചു: ‘എനി ക്കറിയാം.”

മറുപടിക്കു തിരയവേ, അവൾ സ്വയം പരിചയപ്പെടുത്തി: “ക്വയറിന്റെ ചാർജുള്ള കൊച്ചച്ചൻ പറഞ്ഞിരുന്നു സാമുവലിനെപ്പറ്റി, പള്ളിപ്പെരുന്നാളിന് മദർ തെരേസയെക്കുറിച്ചുള്ള എസ്സേ കോംപറ്റീഷന് ഞാനും പങ്കെടുത്തിരുന്നു. പ്രൈസ് കിട്ടുമെന്നുറപ്പായിരുന്നു. എങ്കിലും ഇന്നാ കൊച്ചച്ചൻ പറഞ്ഞത് പ്രതീക്ഷ വെക്കേണ്ട, അത് സാമുവൽ എന്ന ചൈൽഡ് ഹോമിലെ ഒരു കുട്ടിക്കാന്ന്. അപ്പഴാ കുർബാനക്കിടേല് ഞാനന്വേഷിച്ച് ആളെ കണ്ടെത്തിയത്.”

“ഞാനറിഞ്ഞില്ല റിസൾട്ട്.” അങ്ങനെ പറഞ്ഞ്, ചുമ്മാ പങ്കെടുത്ത ആ മത്സരത്തെക്കുറിച്ചോർത്തു. ചൈൽഡ് ഹോമിലെ അലോഷ്യസച്ചൻ പറഞ്ഞതനുസരിച്ച് ഒരുരസത്തിനാണ് പങ്കെടുത്തത്. മദറിനെക്കുറിച്ച് വിശദമായി പഠിച്ചുതന്നെയാണ് പങ്കെടുത്തത്, എല്ലാമറിയാമായിരുന്നെങ്കിലും...

“കൺഗ്രാറ്റ്സ് - അമ്പത്താറു പേരിൽ ഒന്നാമതെത്തിയതിന്.”

ഓറഞ്ച് സ്കാർഫിനു കീഴെ മുഖത്ത് പുഞ്ചിരിപ്രകാശം. ആ പ്രകാശം പിന്നീട് എന്നുമുണ്ടായിരുന്നു. മാർ ഗ്രിഗോറിയോസിലെ എഞ്ചിനീയറിങ്ങ് കാലത്തും പിന്നീടിതുവരേയും.

അനീറ്റ വീണ്ടും രാത്രി വിളിച്ചു: “എന്താ ഭാവം? അവിടത്തെ മദർ തെരേസയെ കണ്ടുപിടിച്ചേ അടങ്ങൂന്നാ?”

“ഏയ്, അങ്ങനെയൊന്നുമല്ല.” ഞാൻ വിശദീകരിക്കാൻ ശ്രമിച്ചു: “എന്തോ ദൂരക്കാഴ്ചകളിലും പ്രവർത്തികളിലും ആ തെരേസാമ്മ എന്നെ പിടിച്ചു നിർത്തുന്നു.”

“അത് സാമുവിന് മദർ തെരേസാ ഒബ്സഷൻ കുഞ്ഞുന്നാളിലേ ഉള്ളതിനാലാണ്. എന്റെ പ്രൈസ് തട്ടിയെടുത്ത ആളല്ലേ?” ഫോണിനപ്പുറം അനീറ്റയുടെ ചിരി കിലുങ്ങി.

ഞാനൊന്നും പറഞ്ഞില്ല. ബാൽക്കണിയുടെ കണ്ണാടിജാലകത്തിനപ്പുറം, എതിർവശത്തെ ഹരിതാഭയ്ക്കപ്പുറം ‘ജാക്സൺ വില്ല’യിലെ ഗെയ്റ്റിൽ അപ്പോൾ തെരേസാമ്മ പ്രത്യക്ഷയായി. ഞാൻ മൊബൈൽ ഓഫ് ചെയ്തു. ഇപ്പോൾ കൊഞ്ചിക്കുഴയലിനുള്ള നേരമല്ല. ഇനിയും അന്വേഷിച്ചലയാൻ സമയമില്ല. മടക്കയാത്രയ്ക്കുള്ള ടിക്കറ്റ് വന്നുകഴിഞ്ഞു. ഈ നഗരത്തിലെ കെമിക്കൽ റിപ്പോർട്ടിൽ ബോസിന്റെ ഡിജിറ്റൽ സിഗ്നേച്ചറോടെ പേപ്പറുകൾ വന്നുകഴിഞ്ഞു.

ജലം ശുദ്ധമാണ്. ഇവിടത്തുകാരുടെ മനസ്സുപോലെ പരിശുദ്ധം, കോർപ്പറേഷൻകാർക്ക് ആശങ്കപ്പെടേണ്ട കാര്യമില്ല. സെക്രട്ടറിയെ ഇന്നലേയും കണ്ടിരുന്നു. ബഹു. മേയറും കൗൺസിലർമാരുമുണ്ടായിരുന്നു മീറ്റിങ്ങിന്. അടുത്ത അസൈൻമെന്റ് എവിടെയാണെന്ന് ചോദിച്ചപ്പോൾ, കമ്പനി നിർദേശിക്കുന്നതനുസരിച്ച് എന്നാണ് പറഞ്ഞത്. ഒന്നും വ്യക്തമല്ല, ഒന്നും...

'തെരേസ' എന്ന് കറുത്ത മാർബിളിൽ കൊത്തിയ ഒരു ചെറിയ ബോർഡ് 'ജാക്സൺ വില്ല'യുടെ ഗേറ്റിലെ സിമന്റ് തൂണിലുണ്ടായിരുന്നു. ദൂരക്കാഴ്ചകളിലൊന്നും അത് ശ്രദ്ധയിൽപ്പെട്ടിരുന്നില്ല. ജാക്സൺ വില്ല എന്നു മാത്രമേ കണ്ടിരുന്നുള്ളൂ. വാട്ടർ പ്യൂരിഫിക്കേഷൻ അന്വേഷണയാത്രയിൽ സംഘാംഗങ്ങളോടൊപ്പം ഒഫീഷ്യലായി വന്നത് രണ്ടുതവണയായിരുന്നു. ആദ്യയാത്ര അലസവും രണ്ടാംയാത്ര അത്യാവശ്യവും.

ആദ്യ വരവിൽ അന്വേഷണത്തോട് മിസിസ് തെരേസാ കുര്യച്ചൻ എന്ന അഭിജാതവൃദ്ധ ഒരു ചെറുപുഞ്ചിരിയോടെ കേട്ടുനിന്നു.

"ഞാൻ ഉപയോഗിക്കുന്നത് കോർപ്പറേഷൻ വാട്ടറൊന്നുമല്ലല്ലോ. നല്ല ശുദ്ധമായ കിണറുവെള്ളമാ - സ്ഫടികജലം." അവർ പതിയെ പറഞ്ഞു.

"എങ്കിലതും ടെസ്റ്റ് ചെയ്യണമെന്നാ കോർപ്പറേഷന്റെ ഉത്തരവ്."

വിശദീകരിച്ചത് സംഘത്തിലെ ചീഫ് ഉത്തമൻപിള്ള സാറായിരുന്നു. അങ്ങേർക്ക് വീട്ടുകാരിയുടെ അലസനിലപാട് സഹിക്കാവുന്നതിനുമപ്പുറമായിരുന്നു.

"ഇപ്പോ എനിക്ക് അതിനൊന്നും നേരമില്ല സാറന്മാരേ. പള്ളീല് പോകാൻ സമയമായി." അവർ നടന്നുകൊണ്ടു പറഞ്ഞു: "ഒരുപാട് കുഞ്ഞുങ്ങള് വിശപ്പുമായി കാത്തുനിൽക്കുകയാ അവിടെ."

തള്ളിപ്പുറത്താക്കുംപോലെയാണ് അന്നു തോന്നിയത്. ഞങ്ങൾ ഗേറ്റിനു പുറത്തിറങ്ങിയയുടനെ കരകര ശബ്ദത്തിൽ തുരുമ്പിച്ച താഴ് വലിച്ചിട്ടടച്ച് അവർ നടന്നുപോയി. അന്നാണ്, പക്ഷേ വേഷം ശ്രദ്ധിച്ചത്. തിരിഞ്ഞുനടന്നുപോകുന്ന തൂവെള്ള വസ്ത്രം. നീല ബോർഡർ. കൂനിക്കൂനിയുള്ള ആ നടത്തം...

അഞ്ചെട്ടുവർഷംമുമ്പ്, മാർ ഗ്രിഗോറിയോസിൽ നിന്നുള്ള ഉത്തരേന്ത്യൻ പഠനയാത്രയിലാണ് കൊൽക്കത്തയിലെത്തിയത്. ശാന്തിനികേതനിലും രബീന്ദ്രഭവനിലും പഴയ ചൗക്കുകളിലും നടന്നലഞ്ഞാണ് മിഷണറീസ് ഓഫ് ചാരിറ്റീസിന്റെ വിശാലഭവനത്തിലെത്തിയത്. ഒന്നല്ല ഒരുനൂറ് മദർ തെരേസമാർ എന്ന് പെട്ടെന്നു

തോന്നി. മദറിന്റെ ഒരു വെണ്ണക്കൽ പ്രതിമയുണ്ടായിരുന്നു പ്രാർഥനാമുറിയിൽ. അവിടെ ജീവചരിത്രഗ്രന്ഥങ്ങളുടെയും ചാരിറ്റി പ്രവർത്തന ലഘുലേഖകളുടേയും ശേഖരം. അൽബേനിയയിൽ 1910 ഓഗസ്റ്റ് 26ന് ജനിച്ച അന്യേസ ഗോൺജെ ബോയാജ്യുവിന്റെ ജീവിത കഥ നേരത്തെ പഠിച്ചതാണെങ്കിലും 1997 സപ്തംബർ 5ന് അവർ നിത്യനിദ്ര പൂകിയതായി അനുഭവപ്പെട്ടതേയില്ല. ചുറ്റിലും മദറുണ്ടെന്ന തോന്നൽ കനപ്പെട്ടു. അന്യേസ ആഗ്നസായി വളർന്നു വന്നതും ഇന്ത്യയിൽ വന്നതും അശരണർക്കായി പ്രവർത്തിച്ചതും നോബൽ സമ്മാനമായി കിട്ടിയ കോടിക്കണക്കിന് രൂപ ആലംബഹീനർക്കായി നൽകുന്നതും എന്നെപ്പോലുള്ള പാവങ്ങളുടെ അമ്മയാവുന്നതുമൊക്കെ മനസ്സിലൂടെ ചലനചിത്രങ്ങളായി കടന്നുപോയി.

കൂടെയുള്ള സഹപാഠികളെ മറന്നു. അപ്പോഴവിടെ ഞാനും മദറും മാത്രം. മിഷണറീസ് ഓഫ് ചാരിറ്റീസിന്റെ വെണ്ണക്കൽ മന്ദിരങ്ങളും തണുത്ത അകത്തളങ്ങളും അവിടെ വീശുന്ന സ്നേഹക്കാറ്റും മാത്രം.

അനീറ്റയാണ് അന്ന് തൊട്ടുണർത്തിയത്; അല്ല മാഷേ, നമുക്ക് പോണ്ടേ. എല്ലാവരും പുറത്ത് കാത്തുനിൽക്കുകയാ.”

കൊൽക്കത്തയിൽ നിന്ന് മടങ്ങാനേ തോന്നിയില്ല. പിന്നീട് പഠനം കഴിഞ്ഞിറങ്ങി ജോലി തേടുമ്പോഴും കമ്പനിയിൽ ജോലിക്കു കയറുമ്പോഴുമൊക്കെ മദറിന്റെ രൂപം മനസ്സിലുണ്ടായിരുന്നു. വീട്ടുകാരുടെ നിർബന്ധത്തിനു വഴങ്ങി എഞ്ചിനീയറിങ്ങ് ജോലി ഉപേക്ഷിച്ച് അനീറ്റ ബാങ്ക് ഓഫീസറായി. അവളുടെ പപ്പ റിസർവ് ബാങ്കിൽ മാനേജരായിട്ടാണ് റിട്ടയർ ചെയ്തത്. ഏത് നിമിഷവും ബാങ്ക് ജോലിയുടെ മേനി പറച്ചിലാണ് വീടാകെ. മമ്മിയും പറയുക പുത്തൻ കറൻസിയുടെ നറുമണം എന്നും അനുഭവിക്കാൻ ഭാഗ്യം ബാങ്കുകാർക്കേയുള്ളൂ എന്നുതന്നെ.

രണ്ടാം തവണ ‘ജാക്സൺ വില്ല’യിൽ ചെന്നത് കഴിഞ്ഞാഴ്ച. അവർ വലിയ കിണർ കാണിച്ചുതന്നു. ജലം കോരിയെടുത്തു. കാണുമ്പോഴേ അറിയാം മനസ്സുപോലെ നല്ല ശുദ്ധജലം. എങ്കിലും ഉത്തമൻപിള്ള സാർ സാമ്പിളെടുത്തു. ടെസ്റ്റ് ചെയ്തു. ഫലം പോസിറ്റീവ്. അന്നും ഞാൻ ശ്രദ്ധിച്ചത് അവരുടെ സ്നേഹചലനങ്ങളാണ്. മുഖഭാവങ്ങളും.

സഹപ്രവർത്തകർ പിരിഞ്ഞശേഷം അവസാനമായി ഇറങ്ങുമ്പോൾ തെരേസാമ്മയോട് പറഞ്ഞു: “ഞാൻ എതിർവശത്തുള്ള ഫ്ളാറ്റിലാണ് വാടകയ്ക്ക് താമസിക്കുന്നത്. അടുത്താഴ്ച ഞാനും ഈ നഗരം വിടും. അമ്മയെ കാണാൻ ഇനിയും ഞാൻ വരും.”

പിന്നീടൊരിക്കൽ ബാൽക്കണിയിൽ നിന്ന് ചിരപരിചിതനെപ്പോലെ കൈവീശിക്കാണിച്ചു. അവർ ഗെയ്റ്റടച്ച്, പുഞ്ചിരിച്ച്, നിരത്തു കടന്ന് നടന്നകന്നുപോയി. പൊട്ടുപോലെ അവർ അകലെ മായുന്നതുവരെ നോക്കിനിന്നു.

നഗരം വിടുംമുമ്പ് വീണ്ടും ഞാൻ ഇന്ന് ജാക്സൺ വില്ല എന്ന ആ തെരേസാ ഭവനത്തിന്റെ ഗെയ്റ്റിനരികത്തേക്ക് എത്തുന്നതെന്തിനെന്ന് എനിക്കറിഞ്ഞുകൂടാ. ഗെയ്റ്റ് വരെ ചെന്ന് അകത്ത് അവരുണ്ടെങ്കിൽ ഒന്ന് ദൂരക്കാഴ്ചയിൽ കാണാം. ഞാൻ മടങ്ങുകയാണ് എന്ന് യാത്ര പറയാം. ആ കാൽതൊട്ടു വണങ്ങാം. അത്രയൊക്കെയേ മനസ്സിലുള്ളൂ.

എന്നാൽ തുറന്നു കിടക്കുന്ന ഗെയ്റ്റാണ് അത്ഭുതപ്പെടുത്തിയത്. അതിലൂടെ അകത്തു കയറാൻ മനസ്സിൽ പ്രേരണയായി. കോമ്പൗണ്ടും ശൂന്യമായിരുന്നു. വാതിൽ അടഞ്ഞുകിടപ്പായിരുന്നു. കോളിങ് ബെല്ലിൽ വിരലമർത്തി കാത്തുനിന്നു. വാതിൽ തുറന്നില്ല. ആരും വന്നില്ല. പതിയെ മുന്നോട്ടു നടന്നു. വാതിൽ തട്ടിനോക്കി. തുറന്നില്ല. പിൻവശത്തേക്കു ചെന്നു. മരങ്ങൾ ഒരു കാറ്റുപോലുമില്ലാതെ മരവിച്ചു നിൽക്കുന്നു. കഴിഞ്ഞാഴ്ച കണ്ട കിണറെവിടെ? ഒന്നുമില്ല. ആ സ്ഥാനത്ത് പഴയ ഒരു കോർപ്പറേഷൻ പൈപ്പ് മാത്രം. തുരുമ്പിച്ച ടാപ്പ് തുറന്നപ്പോൾ, തുള്ളിത്തുള്ളിയായി കലക്കവെള്ളമിറ്റു വീഴുന്നു.

പേടിയായി. അനീറ്റയോടു വിവരം പറയണമെന്നു തോന്നി.

വിഭ്രാന്തിയോടെ പോക്കറ്റിൽനിന്ന് ഫോണെടുത്ത്, അനീറ്റയുടെ പേർ തിരഞ്ഞ് വിരലമർത്തി. ചെവിയിൽ മുഴങ്ങുന്നത് ഇങ്ങനെയൊരു നമ്പർ നിലവിലില്ല എന്ന സന്ദേശം. നല്ല വെയിലായിരുന്നു. ശരീരം പൊള്ളുന്നുണ്ടായിരുന്നു.

അലറി വിളിച്ചു: "തെരേസാമ്മേ... അനീറ്റേ..."

ആ വിളികേട്ട് സെന്റ് പീറ്റേഴ്സ് ചൈൽഡ് ഹോമിലെ സാമുവൽ പീറ്റർ എന്ന ആ അനാഥ ബാലൻ ഞെട്ടിയുണർന്ന് കണ്ണു തുറന്ന് മിഴിച്ചുനോക്കുകയാണ്.

"എന്താ എന്തുപറ്റി? ദുഃസ്വപ്നം വല്ലതും കണ്ടോ?"

ഫാദർ അലോഷ്യസ്, വെളുത്തുനരച്ചു തൂങ്ങിയ താടിരോമങ്ങളുഴിഞ്ഞ് അവനു മുന്നിൽ ചിരിതൂകി നിൽക്കുന്നു.

■

കാഞ്ഞിരം

ഇരുളിന്റെ കടുത്ത മറപറ്റി, വിറയാർന്നതെങ്കിലും ചടുലമായ കാൽ വെപ്പുകളോടെ പ്രേമപൂർണ്ണൻ, കാമാർത്തൻ എന്നീ അപരനാമ ങ്ങളുള്ള രണ്ടുപേർ, ആ ഇടവഴിയിലൂടെ നടന്നുവരികയായിരുന്നു. ഇരുവരും തോളോടുതോൾ ചേർത്ത് പിടിക്കയും ഇടയ്ക്കിടെ ഭീതി പൂണ്ട് ചുറ്റിലും പരതിനോക്കുകയും ചെയ്യുന്നുണ്ടായിരുന്നു. ഇട വഴിവിട്ട്, പാടത്തേക്കിറങ്ങുന്നതിന്റെ തുടക്കത്തിൽ ആ വലിയ കാഞ്ഞിരത്തിന്റെ ചുവട്ടിൽ, പ്രേമപൂർണ്ണൻ അല്പനേരമിരുന്ന് കിത പ്പാറ്റാൻ തുടങ്ങി. അപ്പോൾ അടുത്തയാളാകട്ടെ, ദൂരെ പാടത്തിന പ്പുറം മുനിഞ്ഞു കത്തുന്ന ചിമ്മിനിവെട്ടം കൺപാർത്ത്, തങ്ങളുടെ ലക്ഷ്യമടുത്തല്ലോ എന്ന ഏറിയ സന്തോഷത്താൽ തുള്ളിച്ചാടാനാ രംഭിച്ചു.

"എളുപ്പം വാടാ, ഇതാ നോക്ക് ഇനി ഇത്രേം കൂടി," എന്നൊക്കെ കാമാർത്തൻ അലറിവിളിക്കുന്നുണ്ടായിരുന്നെങ്കിലും പ്രേമപൂർണ്ണൻ അനങ്ങിയതേയില്ല. വാസ്തവത്തിൽ ഈ വ്യക്തി അത്രകണ്ട് ക്ഷീണിച്ചുപോയിരുന്നു. ആറോ ഏഴോ നാഴിക ഇതിനകം നടന്നിട്ടു ണ്ടാവണം. ചുറ്റിലും പതിയിരിക്കുന്ന വിപത്തിന്റെ കൊടുംതേറ്റ, ക്ഷീണം പെരുപ്പിക്കയും ചെയ്തുവല്ലോ. പക്ഷേ, എന്തുതന്നെ യാകട്ടെ, ഇനി വളരെയില്ലല്ലോ എന്നതൊരു ആശ്വാസത്തിന്റെ തണു പ്പായി തലയിലൂടെ പെയ്യുന്നുണ്ട്. നിൽക്ക് കാമാർത്താ, ഇനിയെ ന്തിന് നാം തിടുക്കപ്പെടണം, എത്തിപ്പോയല്ലോ...

പക്ഷേ, കാമാർത്തന് അങ്ങനെ സാവകാശപ്പെടാനാകുമായി രുന്നില്ല. കാരണം ഈ വ്യക്തിയുടെ ഇത്രയും നാളത്തെ ചിന്ത യിൽ നിറഞ്ഞുനിന്നത് തൊട്ടുമുന്നിലുള്ള മുഹൂർത്തമായിരുന്നല്ലോ. ഇത്രടം സാഹസപ്പെട്ട് എത്തിയതിന്റെ പരമമായ ഉദ്ദേശ്യവും മറ്റൊന്നായിരുന്നില്ല. ഇനി എത്രമേൽ പെട്ടെന്നാകാമോ അത്ര മേൽ പെട്ടെന്ന്, അവിടെ എത്തി, പിന്നെ...! അതോർക്കുമ്പോൾ

കാമാർത്ഥന്റെ ഉള്ളമാകെ കുളിരുകോരി നിറച്ച പോലെ: “ഡേ പ്രേമൂ, നീ ഒന്നു വേഗം വായെന്റെ പൊന്നേ...”

പക്ഷേ, ഇടവഴിയും പിന്നിട്ട് പാടത്തേക്കിറങ്ങുന്നിടത്തെ തുണ്ടു ഭൂമിയിൽ വളർന്നു പന്തലിച്ചുനിൽക്കുന്ന ആ കാഞ്ഞിരം.

അതിന്റെ പരുപരുത്തതെങ്കിലും വിസ്താരമുള്ള തായ്ത്തടിയിലേക്ക് തല ചായ്ച്ച് കിതപ്പാറ്റുകയായിരുന്ന പ്രേമപൂർണ്ണൻ, കാമാർത്ഥന്റെ വിളി കേൾക്കുകയും എഴുന്നേൽക്കാൻ ഭാവിക്കയും ചെയ്തതാണ്. പക്ഷേ ഭാവിച്ചതിലപ്പുറം, ഒന്നു ശ്രമിച്ച് ദയനീയമായി പരാജയപ്പെട്ടുവെന്നല്ലാതെ ഒന്നു ഞരങ്ങുകയും ചെയ്തു. ഒടുവിൽ തേങ്ങിയേങ്ങിക്കരയാൻ തുടങ്ങി: “ഡേ കാമൂ, എനിക്കാവുന്നില്ലെടാ, ഒന്നു പിടിക്കെന്റെ കരളേ...”

ദൂരെയെത്തിയിരുന്നെങ്കിലും, ചങ്ങാതിയുടെ ദൈന്യം കാമാർത്ഥന്റെ മരച്ചെവികളിലേക്ക് ഊളിയിട്ടെത്തി. ആദ്യം രസമാണ് തോന്നിയത്. പിന്നെ, ഞരക്കം കണ്ടപ്പോൾ അമ്പരന്നു. അന്ധാളിച്ചു പോയി.

ആ കാഞ്ഞിരത്തിന്റെ തടിച്ചുകൊഴുത്ത വേരുകൾ പ്രേമപൂർണ്ണനു ചുറ്റും നിറഞ്ഞു നിൽപ്പുണ്ടായിരുന്നു. ഒരു കൂറ്റൻ വേരിന്റെ മടിയിലായിരുന്നല്ലോ ഈ വ്യക്തി ഇരുന്നിരുന്നതും. അതിൽനിന്ന് എഴുന്നേൽക്കാൻ സാധിക്കുന്നേയില്ലെന്ന ഭാവത്തിൽ, അതിനോടൊട്ടിപ്പോയിയെന്ന മട്ടിൽ വെപ്രാളപ്പെട്ട് പിടയ്ക്കുകയും ഞെളിപിരി കൊള്ളുകയുമായിരുന്നു പ്രേമപൂർണ്ണൻ.

ഉറ്റ ചങ്ങാതിയുടെ ഇവ്വിധമായ ചെയ്തികളിൽ മിഴിനട്ട്, എന്തു വേണ്ടൂ എന്നറിയാത്ത നിസ്സഹായതയോടെയും അന്ധാളിപ്പോടെയും കാമാർത്ഥൻ തെല്ലിട നിന്നു. പിന്നെ അടുത്തേക്ക് വന്ന്, പ്രേമപൂർണ്ണനു നേരെ സഹായത്തിന്റെ വലതുകരം നീട്ടി. പക്ഷേ...

കാഞ്ഞിരം ചില്ലകളിളക്കി, തടികുലുക്കി മുരളാൻ തുടങ്ങി. ഒപ്പം നടുക്കത്തോടെ, പ്രേമപൂർണ്ണനും കാമാർത്ഥനും തങ്ങളുടെ ഭൂതകാലങ്ങളിലേക്ക് വലിച്ചിടപ്പെട്ടു. കാഞ്ഞിരത്തിന്റെ ഉച്ചിയിൽനിന്ന്, കൂന്തൽ ചികഞ്ഞ്, തൂമന്ദഹാസം തൂകി, അവൾ - ആ മാലാഖ - അവർക്കിടയിലേക്കിറങ്ങി വന്നു.

മാലാഖ വെള്ളിക്കസവോടുകൂടിയ ഒരു നേർത്ത അങ്കിയായിരുന്നു അണിഞ്ഞിരുന്നത്. തലയ്ക്കു മുകളിൽ ഒരു പ്രഭാപൂരം നിറഞ്ഞുനിന്നിരുന്നു. അന്ധാളിച്ച്, അസ്തപ്രജ്ഞരായി നിൽക്കുന്ന ചങ്ങാതികളോട് അവൾ പേരുകളാവശ്യപ്പെട്ടു. അവരിരുവരും വിറച്ചു വിറച്ച് ശബ്ദമുതിർത്തു: മാത്യൂസ് എബ്രഹാം... കേശവദാസ്...

മുന്നിൽ നിരത്തപ്പെട്ട ഓരോ പാസ്പോർട്ട് സൈസ് ഫോട്ടോയും തനിക്കു നേരെ വിരൽ ചൂണ്ടിയപ്പോൾ, മാത്യൂസ് എബ്രഹാം എന്ന ആ മെഡിക്കൽ റപ്പിന് വാക്കുകളില്ലാതായി. ഒടുവിൽ കാണിക്കപ്പെട്ട ഫോട്ടോ മാളികവളപ്പിൽ കുസുമവല്ലിയുടേതായിരുന്നു. ഇവിടെ മാത്രം മാത്യൂസ് എബ്രഹാമിന് ചൂളേണ്ടി വന്നില്ല. കാരണം ഈ ഇടപാടിൽ പരാജയപ്പെട്ടത് താൻ തന്നെയായിരുന്നല്ലോ. ഗൾഫുകാരന്റെ കല്യാണപ്പന്തലിലേക്ക് കടക്കുന്നതിന് തൊട്ടുമുൻപ് കുസുമവല്ലി ആ പേര് നൽകി - പ്രേമപൂർണ്ണൻ. അവൾ പറഞ്ഞു: “ഇനിയും നല്ല പ്രേമഭൂമികൾ തേടി കണ്ടെത്ത് പ്രേമപൂർണ്ണാ...”

അതന്വേഷിച്ചിറങ്ങിയതാണ്. പാതിവഴിവെച്ച് -

ഇനി അടുത്തവന്റെ കഥ:

ചോപ്പുപുരകളിൽനിന്ന് കാമാർത്ഥൻ എന്ന ഓമനപ്പേരും നേടി, പൊട്ടിയൊലിക്കുന്ന മാറാരോഗവും പേറി നടക്കവേയാണ് സ്വാതന്ത്ര്യസമരഭടൻ പി.വി. കുഞ്ഞുരാമൻവൈദ്യർ മകൻ കേശവദാസിന്റെ തലയിൽ വെളിപാടിന്റെ നക്ഷത്രമുദിച്ചത്. പുതിയ ഭൂമി അന്വേഷിച്ച് കണ്ടെത്ത്.

പിന്നെ ഒരേ നടത്തമായിരുന്നു. പാതി വഴിവെച്ച്-

അങ്ങനെ പ്രേമപൂർണ്ണൻ, കാമാർത്ഥൻ എന്നിവർ ഒന്നിച്ചു. പിന്നെ നടക്കവേ, തങ്ങളുടെ ലക്ഷ്യം ഒന്നാണെന്നവരറിഞ്ഞു. ഒന്നിച്ചു നടന്നു. നടന്നുനടന്ന്, ഇടവഴിയും പിന്നിട്ട്, കാഞ്ഞിരത്തിനടുത്തെത്തിയപ്പോൾ...

മാലാഖ വലതുകൈയിലെ ദണ്ഡ് ഉയർത്തി. പ്രേമപൂർണ്ണന് അപ്പോഴും അനങ്ങാനാവുമായിരുന്നില്ല. കാമാർത്ഥനും അങ്ങനെ തന്നെയായിരുന്നു. മരുഭൂമിക്കു സമമായി ഇരുവരുടേയും വായ്ക്കകം വറ്റിവരണ്ടുമിരുന്നു. എന്തു ചെയ്യാം. മാലാഖ കണ്ണിൽ കത്തുന്ന കനലുമായി എന്തോ ആലോചിച്ച് അങ്ങുമിങ്ങും ഊക്കിൽ ഉലാത്തിക്കൊണ്ടേയിരുന്നു.

ദൂരെ പാടത്തിനുമപ്പുറം, ഇരുട്ടിന്റെ തിളങ്ങുന്ന കണ്ണുപോലെ ആ നുറുങ്ങുവെളിച്ചം ഇപ്പോഴും വ്യക്തമായി കാണാം. മാലാഖ, ഒരു നിമിഷം കൂടി എന്തോ ഓർത്തശേഷം, വഴുക്കാതെ വീഴാതെ വരമ്പിലൂടെ നടന്നുതുടങ്ങി. പ്രേമപൂർണ്ണനും കാമാർത്ഥനും പഴയ രീതി തുടരുകതന്നെയായിരുന്നു അപ്പോഴും.

അതൊരു പഴയ ഓലപ്പുരയായിരുന്നു. അതിന്റെ ചാണകം മെഴുകിയ തിണ്ണയിൽ എരിഞ്ഞുകൊണ്ടിരുന്ന ചിമ്മിനി വിളക്കിനു പിറകിൽ, കടുംനിറമുള്ള കാട്ടുപൂക്കൾകൊണ്ട് കമനീയമായി

അലങ്കരിച്ചിട്ടുള്ള ഒരു കയറ്റുകട്ടിൽ കിടന്നിരുന്നു. അടുത്തൊരു പീഠത്തിന്മേൽ, ഒരു ഓട്ടുഗ്ലാസ്സിൽ, ഉവ്വ്, പാലും നിറച്ചുവെച്ചിരിക്കുന്നു.

മാലാഖ എല്ലാം വിസ്തരിച്ചുനോക്കി. ഒന്നും കുറഞ്ഞുപോയിട്ടില്ലല്ലോ എന്ന് പല വട്ടം മനസ്സിൽ തികട്ടി നോക്കി. ഒടുവിൽ, ഈ രംഗത്തിനും സാക്ഷ്യം വഹിക്കേണ്ടി വന്നിരിക്കുന്നു. എത്ര നാളുകളായി, മൈഥിലിയുടെ കണ്ണീർ കാണുന്നു. ഒരുനാൾ എല്ലാം നേരെയാവുമെന്ന തന്റെ അനുഗ്രഹം ഈ നാളിലാണ് സഫലമാവുന്നത്. പക്ഷേ, സങ്കടമുണ്ട്. പ്രതീക്ഷിച്ചപോലെയൊരാളല്ല. വ്യത്യസ്ത ധ്രുവങ്ങളിൽനിന്നുള്ള രണ്ട് കഴുവേറികൾ. ഇവർ അവൾക്കു ചേരുകയില്ല. എങ്കിലും തേടിവന്നവരല്ലേ, വെറുതെ വിടാനും തോന്ന്ന്നില്ല. ഓ, താനെന്തിന് കൂടുതൽ വിഷമിക്കണം. എന്റെ കുട്ടി തന്നെ തീരുമാനിക്കട്ടെ. ആരാവണം തന്റെ പുരുഷനെന്ന്. ആ മാലാഖ പതിയെ അകത്തേക്കുള്ള പടികളിലാദ്യത്തേതിൽ കാൽവെച്ചു: "ഏയ് മൈഥിലീ, പുറത്തേക്കു വാ പെണ്ണേ...'

അപ്പോൾ, കാഞ്ഞിരത്തിന്റെ വേരുകൾ കണ്ണീർച്ചാലുകളാണെന്ന് പ്രേമപൂർണ്ണന് തോന്നിത്തുടങ്ങി. ഉവ്വ്, കാഞ്ഞിരം കരയുന്നു. പക്ഷേ, പെട്ടെന്നു തന്നെ മുകളിലേക്ക് നോക്കിയപ്പോൾ, ചില്ലകൾ കുഴഞ്ഞാടുന്നത് കാണായി. കാഞ്ഞിരം ചിരിക്കുകയാണ്, കരയുകയല്ല. ഈ കണ്ണീർ സന്തോഷത്തിന്റേതാണ്. പിന്നെ ഒന്ന് അനങ്ങിനോക്കിയപ്പോൾ, അത്ഭുതം, പ്രേമപൂർണ്ണന് നന്നായി അനങ്ങാം. കാഞ്ഞിരത്തിന്റെ വേരുകൾ ദുർബ്ബലമായ നാരുകൾ പോലെ: "ഡേ കാമാർത്ഥാ, നീയെന്താടാ ഇങ്ങനെ മിഴിച്ചിരിക്ക്ണെ, ഒന്നു വേഗം എണീക്കെടാ."

ഒരു സ്വപ്നത്തിൽ നിന്നെന്നപോലെയാണ് കാമാർത്ഥൻ യാഥാർത്ഥ്യത്തിലേക്ക് കാലെടുത്തുവെച്ചത്. കുറേനേരം കണ്ണുകൾ തിരുമ്മിച്ചുവപ്പിച്ചു. പിന്നെ ദൂരെ ആ നുറുങ്ങുവെട്ടത്തിന്റെ പരിധിയിലേക്ക് ഉറ്റുനോക്കി. പക്ഷേ, അസുഖകരമായ ഒരു ചിന്ത ഈ തരുണത്തിൽ ഈ വ്യക്തിയുടെ മനസ്സിലേക്ക് കടന്നുവന്നു. തിടുക്കപ്പെട്ടു നിൽക്കുന്ന പ്രേമപൂർണ്ണനെ, കൈയുയർത്തി തടഞ്ഞു, "നില്ക്ക്, ധൃതിപ്പെടാതെ..."

പിന്നെ ഇരുവരും സംഗതി ചർച്ച ചെയ്യാനാരംഭിച്ചു. ആദ്യം യാത്ര തിരിച്ചത് ഞാനാണെന് പ്രേമപൂർണ്ണനും അല്ല ഞാനാണെന്ന് കാമാർത്ഥനും വീറോടെ വാദിച്ചു. പ്രേമപൂർണ്ണൻ പറഞ്ഞു: എന്റെ ഹൃദയത്തിലെ ഏറ്റവും വലിയ അറ എന്നും ഞാൻ എന്റെ മൈഥിലിക്കായി തുറന്നുവെച്ചിട്ടുണ്ടായിരുന്നു. അവളെന്റെ സ്വപ്നങ്ങളുടെ വർണ്ണമാണ്. ജീവന്റെ രാഗമാണ്. സർവ്വസ്വമാണ്. പക്ഷേ കാമാർത്ഥൻ ഒട്ടും വിട്ടുകൊടുത്തില്ല. ഉറക്കമറ്റ എന്റെ രാത്രികളിൽ ഒരു

പുളകമായി ആവേശമായി അവളെത്തുന്നത് ഞാൻ എത്ര തവണ സ്വപ്നം കണ്ടിരിക്കുന്നു. എന്റെ മൈഥുനങ്ങളിലെല്ലാം ഞാൻ കല്പിച്ചു കാണാറുള്ളത് അവളുടെ തുടുത്ത ശരീരമാണ്. എന്റെ മാത്രം മൈഥിലി.

ചങ്ങാതിമാർ ഇവ്വിധം വായ്പ്പോര് നടത്തിക്കൊണ്ടിരിക്കെ കിഴക്കൻ ചക്രവാളത്തിൽ ചുവപ്പുരാശി പരക്കാനുള്ള ഒരുക്കമായി. മുകളിൽ കാഞ്ഞിരം അപ്പോഴും ചില്ലകളിളക്കി, തടികുലുക്കി...

അല്ല, തന്റെ സങ്കല്പങ്ങൾ പൂത്തുലയുകയല്ല വാടിക്കരിയുകയാണെന്ന് മൈഥിലിക്ക് അപ്പോൾ തോന്നി. ആ മാലാഖയോട് അവൾ, ഒന്നും വയ്യെന്ന് കരഞ്ഞുപറയാൻ തുടങ്ങി. ദൂരെ പാടത്തിനുമപ്പുറം, വാഗ്വാദങ്ങൾ മൂർച്ഛിക്കുന്നത് മൈഥിലിക്ക് നന്നായി കേൾക്കാമായിരുന്നു. അവൾ, മുന്നിൽ എരിഞ്ഞുകത്തിക്കൊണ്ടിരുന്ന ചിമ്മിനിവിളക്ക് കെടുത്തിക്കളഞ്ഞു. ചുറ്റിലും ഇരുട്ടുപരന്നു. മാലാഖവല്ലാതെ പുളഞ്ഞു: “നിനക്ക് എന്തു പറ്റിയെന്റെ കുട്ടീ...”

ഈയവസരത്തിൽ, ചങ്ങാതിമാർ ഒരു തീരുമാനത്തിലെത്തിയിരുന്നു. നിനച്ചതുപോലെ, മനസ്സും ശരീരവും ഇരുവരും വീതിച്ചെടുത്തു. അങ്ങനെ പ്രേമപൂർണ്ണൻ ഹായ്, ഹായ് എന്നൊരു വായ്ത്താരിയോടെയും കാമാർത്ഥൻ ഹൂശ്, ഹൂശ് എന്നൊരു ശീൽക്കാരത്തോടെയും, എളുപ്പം മുന്നോട്ടു നടന്നു. പക്ഷേ, വെട്ടം കാണാനുണ്ടായിരുന്നില്ലല്ലോ. അവരല്പം അമ്പരന്നുപോയി. ഏതോ ഒരു നിമിത്തമെന്നോണം തിരിഞ്ഞുനോക്കിയപ്പോൾ, വേരുകളാഴ്ത്തി ചില്ലകളിളക്കി നിന്നിരുന്ന ആ കാഞ്ഞിരവും കാണാനില്ലായിരുന്നു!

പിന്നെയെന്താണെന്നോ?

വിറയാർന്നതെങ്കിലും, ചടുലമായ കാൽവെയ്പുകളോടെ, ഓലപ്പുരയ്ക്കു മുന്നിലെത്തിയ പ്രേമപൂർണ്ണൻ, കാമാർത്ഥൻ എന്നീ അപരനാമങ്ങളുള്ള ആ രണ്ടുപേർ, അകത്ത് ഒച്ചയനക്കമൊന്നും കേൾക്കാത്തതിനാൽ കാര്യമെന്തെന്നറിയാതെ ഒട്ടൊന്ന് ശങ്കിച്ചുനിന്നു. പിന്നെ പതിയെ പനമ്പുവാതിൽ തള്ളിത്തുറന്ന് അകത്തേക്കു കയറി. അകത്ത്, പടർന്നിറങ്ങിയ തടിച്ച വേരുകൾ. പരുപരുത്തതെങ്കിലും വിസ്താരമുള്ള തായ്ത്തടി. ഉയരത്തിൽ ഇളകിയാടുന്ന ചില്ലകൾ. കണ്ണെത്താച്ചില്ലകളിലൊന്നിൽ, ഭയചകിതയായി, അള്ളിപ്പിടിച്ചിരിക്കുകയായിരുന്നു മൈഥിലി.

സാവധാനം, കിഴക്കൻ മാനം വെളുക്കാനും ലോകം പതിവുകളിലേക്ക് ഉണരാനും തുടങ്ങി.

■

പ്രകാശനം

പ്രിയമുള്ളവരേ, ഞാൻ പ്രകാശ് മാത്യു ഇടിക്കുള. കണിയാർക്കുള ങ്ങര കുരിശുമ്മൂട്ടിൽ ഇടിക്കുള മത്തായിയുടെ എട്ടാമത്തെ സന്തതി. അപ്പച്ചന്റെ പുന്നാര മകനായാണ് വളർന്നത്. 'മത്തായിച്ചന്റെ മോനാണ്ണോ, കയറി വാ' എന്ന് റവ. ഫാദർ അലക്സാണ്ടർ പള്ളി പ്പുറം പോലും അരമനയിലേക്ക് ഏത് തിരക്കിനിടയിലും സ്വാഗത മോതും. കാരണം അപ്പച്ചൻ ആള് ചില്ലറക്കാരനായിരുന്നില്ല. മുട്ടത്തു വർക്കി, കാനം. ഇ.ജെ., വല്ലച്ചിറ എന്നിവരുടെയൊക്കെ പല നോവലു കളുടേയും സഹഎഴുത്തുകാരനായിരുന്നു. ഒരു തരത്തിൽ പി.ആർ.ഒ. എന്നും എഡിറ്റർ എന്നും പറയാം. ഞാൻ കൊച്ചുന്നാളിലെ പറഞ്ഞു കേട്ടിട്ടുള്ള കഥകളാണെല്ലാം. ആരും നിഷേധിച്ചിട്ടു കാര്യമില്ല. അപ്പ ച്ചൻ വല്ല്യ വല്ല്യ എഴുത്തുകാരുടെയെല്ലാം ഉറ്റചങ്ങാതിയായിരുന്നു. കോത്താഴത്തു നിന്നിറങ്ങുന്ന ഒട്ടുമിക്ക ആഴ്ചപ്പതിപ്പുകളിലും സ്വന്തം പേരിലും തൂലികാനാമത്തിലും കഥകളെഴുതുമായിരുന്നു അപ്പച്ചൻ. ഒന്നിലധികം തൂലികാനാമങ്ങൾ. കാരണം അത്രയധികം ആഴ്ചപ്പതിപ്പുകളും അവർക്കെല്ലാം നോവലുകളും വേണമെങ്കിൽ പ്പിന്നെ പല പേരുകൾ സ്വീകരിക്കാതെ വയ്യല്ലോ.

കൊച്ചുന്നാളിൽ, പള്ളിക്കൂടത്തിൽനിന്ന് വീട്ടിലെത്തുമ്പോൾ അപ്പച്ചൻ മാങ്കോസ്റ്റൈയിൻ മരത്തിനു കീഴിൽ ചാരുകസേരയിലി രുപ്പുണ്ടാവും. മുന്നിലെ വലിയ ടീപ്പോയിമേൽ ആറോ ഏഴോ ക്ലിപ്പ് ബോർഡുകൾ കാണും. അതിലൊക്കെ ഓരോരോ നോവലുകളുടെ എഴുതിക്കൊണ്ടിരിക്കുന്ന പുതിയ അദ്ധ്യായങ്ങളുള്ള കടലാസുകൾ. അരികെ ഒരു വലിയ മൺകുടം നിറയെ തെങ്ങിൻകള്ള്. അത് കുപ്പി ഗ്ലാസ്സിലെടുത്ത് ഒരിറക്ക് കഴിക്കും. എന്നിട്ട് അഞ്ചാറ് ഖണ്ഡിക ഒരു ക്ലിപ്പ് ബോർഡെടുത്തെഴുതും. പിന്നേയും ഒരു ഗ്ലാസ്സ്. അടുത്ത ക്ലിപ്പ് ബോർഡ്. അടുത്ത നോവൽ. പുതിയ അദ്ധ്യായം.

ഇതിനിടയിൽ പ്രസാധകരും പത്രാധിപന്മാരും ചങ്ങാതിമാരു മൊക്കെ വന്നുപോവും. അവർക്കും കൊടുക്കും ഒരു ഗ്ലാസ് കള്ള്.

ചില വാരികകളിൽ രണ്ടും മൂന്നും നോവലുകൾ എഴുതേണ്ടി വന്നിട്ടുണ്ട്. വേറെ വേറെ പേരുകളിൽ. കാരണം വാരിക വിറ്റുപോകാനുള്ള സൂത്രം അപ്പച്ചന്റെ നോവലുകളിലുണ്ടായിരുന്നു.

ഒരിക്കൽ അപ്പച്ചൻ കോഴിക്കോട് ബേപ്പൂരിൽ ചെന്ന് ഏവരുടെയും പ്രിയ സുൽത്താനായ ബഷീറിനെ കണ്ടു. വൈക്കം മുഹമ്മദ് ബഷീർ മാങ്കോസ്റ്റൈൻ മരത്തിനു ചുവട്ടിലിരുന്ന് ബീഡി വലിച്ചു തള്ളുകയായിരുന്നു. വരുന്നവർക്കെല്ലാം കട്ടൻചായ കൊടുക്കും. സുലൈമാനി. അപ്പച്ചന് ആ സംഭവം അങ്ങ് സുഖിച്ചു. അന്ന് വീട്ടിൽ വന്നിറങ്ങുമ്പോൾ കൈയിലൊരു മാങ്കോസ്റ്റൈൻ ചെടിയുണ്ടായിരുന്നു. അത് പിന്നെ മരമായി. അതിനു ചുവട്ടിലിരുന്ന് അപ്പച്ചൻ ബഷീറിനെ പോലെ ബുദ്ധിജീവിയായി. കോത്താഴം സുൽത്താനായി. ബീഡിക്കു പകരം ട്രിപ്പിൾ ഫൈവാണ് വലിക്കുക. സുലൈമാനിക്കു പകരം വരുന്നവർക്കെല്ലാം നല്ല തെങ്ങിൻകള്ള്. അത്രയും പ്രിയപ്പെട്ടവരാണെങ്കിൽ ജോണി വാക്കർ ബ്ലാക്ക് ലേബൽ.

അർഹിക്കുന്ന അംഗീകാരങ്ങളൊന്നും ലഭിക്കാതെയാണ് അപ്പച്ചൻ അങ്ങുപോയത്. എനിക്കതിൽ അതിയായ വിഷമമുണ്ട്. വർക്കിച്ചായനോ കാനം ചേട്ടനോ ലഭിച്ച പ്രശസ്തി ഒരിക്കലും അപ്പച്ചന് കിട്ടിയില്ല. ഒരു കുടയും കുഞ്ഞുപെങ്ങളും, ഇണക്കുരുവികൾ, അഴകുള്ള സെലീന തുടങ്ങി വർക്കിച്ചായന്റെ ഒട്ടുമിക്ക നോവലുകൾക്കും പിറകിൽ അപ്പച്ചന്റെ ശക്തമായ കരങ്ങളുണ്ടായിരുന്നു. എന്നാൽ അപ്പച്ചൻ ജീവിച്ചിരുന്ന കാലത്ത് അതിന്റെയൊന്നും ക്രെഡിറ്റ് ചോദിച്ചു പോയില്ല. മരിച്ചുകഴിഞ്ഞപ്പോൾ അപ്പച്ചന്റെ പേരിൽ ഒരു ഫൗണ്ടേഷനോ സ്മാരക പ്രഭാഷണമോ ഒരു കുഞ്ഞ് അവാർഡു പോലുമോ ഉണ്ടായില്ല. എനിക്കതിൽ അതിയായ അരിശവും അമർഷവും അങ്കലാപ്പും അന്ധാളിപ്പും എല്ലാമെല്ലാമുണ്ട്. നമ്മളൊക്കെ ഇങ്ങനെ കഷ്ടപ്പെട്ട് അന്തവും കുന്തവുമില്ലാതെ ജീവിക്കുന്നതെന്തിനാ? മരണം കെങ്കേമമാക്കാനല്ലേ? മരണാനന്തരവും ജനഹൃദയങ്ങളിൽ ജീവിച്ചിരിക്കുവാനല്ലേ?

അതുകൊണ്ടുതന്നെ വളരെ സൂക്ഷിച്ചാണ് സാഹിത്യരംഗത്തേക്കുള്ള എന്റെ ചുവടുവെയ്പ്പ്. അപ്പച്ചന് പറ്റിയ അബദ്ധങ്ങളും അസംബന്ധങ്ങളും എനിക്കു സംഭവിക്കാൻ പാടില്ല എന്ന് ഞാൻ ഉറപ്പിച്ചു. അതിനാൽ ഞാൻ കോത്താഴം പത്രവാരികകളുടെയൊന്നും പിറകേ തുടക്കത്തിൽത്തന്നെ പോയില്ല. അങ്ങനെ ജനപ്രിയ എഴുത്തുകാരൻ എന്ന ലേബലിലൊതുങ്ങിയാൽ പിന്നെ അവിടെ കിടന്ന് നിരങ്ങുകയേ നിർവ്വാഹമുള്ളൂ. അതെനിക്ക് നന്നായറിയാം. അതുകൊണ്ടുതന്നെ ഒ.വി. വിജയൻ, കാക്കനാടൻ, സക്കറിയ, എം. മുകുന്ദൻ, പുനത്തിൽ, സേതു തുടങ്ങിയ എഴുത്തുകാരുടെ കൃതികളാണ്

എന്നും എന്റെ കക്ഷത്തിലുണ്ടാവുക. അവരെക്കുറിച്ചു മാത്രമാണ് സാഹിത്യസദസ്സുകളിൽ സംസാരിക്കുക.

ഒരിക്കൽ കൊല്ലത്ത് വണ്ടിയിറങ്ങി തേവള്ളിയിലേക്ക് ഒരു ഓട്ടോ പിടിച്ച് ഞാൻ കാക്കനാടന്റെ വീട്ടിലെത്തി. ബേബിച്ചായൻ സിറ്റൗട്ടിൽ ത്തന്നെയുണ്ടായിരുന്നു. നല്ല ഫോമിലായിരുന്നു. കൈയിലിരുന്ന ബീഡി ആഞ്ഞുവലിച്ച് പുക തുപ്പിക്കൊണ്ടിരുന്നു. എന്റെ നീട്ടി വളർ ത്തിയ തലമുടിയും ഊശാൻതാടിയും കണ്ട് ഇച്ചായൻ ചോദിച്ചു, ഹിപ്പിയാണോ, ഹരിദ്വാറിൽ നിന്നാണോ എന്നൊക്കെ. അതെ എന്നു ഞാൻ സമ്മതിച്ചു. ഇച്ചായൻ ഒരു ബീഡിയെടുത്ത് എനിക്കു നീട്ടി. വലിച്ചോ, നീ യുവസാഹിത്യനായകനാവും എന്നുപറഞ്ഞു. ഞാനത് ആഞ്ഞുവലിച്ചു. തല കിറുങ്ങിയതു മാത്രമോർമയുണ്ട്. അങ്ങനെ ഞാൻ ജ്ഞാനബുദ്ധനായി. എണീറ്റപ്പോൾ ഇച്ചായൻ എനിക്ക് വലി യൊരു ഇരുമ്പാണി തന്നു. അതുകൊണ്ട് കരിങ്കല്ലിൽ എഴുതി പ്പഠിക്കാൻ പറഞ്ഞു. കഠിനമായിരുന്നു കാര്യങ്ങൾ. നമ്മുടെ മട്ടന്നൂർ ശങ്കരൻകുട്ടി ആശാനൊക്കെ ചെണ്ട പഠിക്കുന്ന കുട്ടിക്കാലത്ത്, മര മുട്ടികൊണ്ട് കരിങ്കല്ലിൽ കൊട്ടിയാണ് താളബോധമുണ്ടാക്കിയത് എന്നു കേട്ടിട്ടുണ്ട്. ആശാന് പത്മശ്രീ കിട്ടിയില്ലേ? പത്തുനൂറ്റമ്പത് വിദേശരാജ്യങ്ങളിൽ തായമ്പക അവതരിപ്പിച്ചിട്ടുണ്ട്. ലണ്ടനിലേക്കു മാത്രം ഒരു വർഷം പത്തുപന്ത്രണ്ടു തവണയാണ് ആശാന്റെ യാത്ര. ഇപ്പോ സംഗീതനാടക അക്കാഡമിയുടെ തലപ്പത്തേക്കും ആശാൻ വരാൻ പോകുന്നു എന്നു കേൾക്കുന്നു. ഭാഗ്യവാൻ. അതൊക്കെ കരിങ്കല്ലിൽ കൊട്ടിപ്പഠിച്ചതുകൊണ്ടല്ലേ, അതിനാൽ ബേബിച്ചായൻ തന്ന ഇരുമ്പാണികൊണ്ടുള്ള നാരായത്താൽ ഞാൻ കരിങ്കല്ലിൽ അക്ഷരമാല എഴുതിപ്പഠിച്ചതിന് പിന്നീട് ഗുണമുണ്ടാകുമെന്നെനി ക്കറിയാം. എനിക്കും പത്മശ്രീയും പത്മവിഭൂഷണുമൊക്കെ കിട്ടും. എന്നേയും സാഹിത്യ അക്കാഡമി അവാർഡുകൾ തന്നും പ്രസി ഡന്റിന്റെ കസേര നീക്കിയിട്ടു തന്നും ആദരിക്കും. ഞാനും സാഹിത്യ പ്രഭാഷണങ്ങളുമായി വിദേശരാഷ്ട്രങ്ങളിൽ കറങ്ങി നടക്കും.

ആത്മവിശ്വാസമാണ് ഒരു അത്യന്താധുനികോത്തര എഴുത്തു കാരന് അവശ്യം വേണ്ടത് എന്ന് എനിക്ക് നന്നായറിയാം. ആത്മ വിശ്വാസത്തിന് തൊലിക്കട്ടി എന്നും പര്യായമുണ്ടെന്ന് പറഞ്ഞ് എന്റെ ജൈത്രയാത്രയ്ക്ക് തടയിടാൻ ചില വിമർശകവിദ്വാന്മാ രൊക്കെ പാത്തും പതുങ്ങിയും നടപ്പുണ്ട്. ഈ വിമർശകർ എന്ന വർഗത്തോടുതന്നെ എനിക്ക് പുച്ഛമാണ്. പരമപുച്ഛം. അവർ ഭാഷ യ്ക്കും സാഹിത്യത്തിനും വേണ്ടി എന്താണ് ചെയ്തിട്ടുള്ളത്? അന്യോന്യം പുറം ചൊറിഞ്ഞും വേണ്ടാതീനങ്ങൾ പറഞ്ഞും അവർ

വിഹരിക്കുകയാണ്. ഞാൻ കാണുന്ന സ്വപ്നമാണ് എന്റെ സാഹിത്യം. അതല്ലാതെ നിരൂപകർ എന്ന നീചന്മാർ കാണുന്ന സ്വപ്നം ഞാൻ കഥയോ നോവലോ ആക്കണമെന്നു പറയുന്നതിലെന്തർത്ഥമാണുള്ളത്?

ഞാൻ കൂടുതൽ നീട്ടുന്നില്ല. ഇന്ന് ഇവിടെ എന്റെ ഇരുപത് പുസ്തകങ്ങൾ ഒരുമിച്ച് പ്രകാശനം ചെയ്യപ്പെടുകയാണ്. ഒരുപക്ഷേ ഇത് ഇന്ത്യൻ ഭാഷകളിൽത്തന്നെ ഒരു മഹാത്ഭുതമാണ്. ഗിന്നസ് ബുക്ക് ഓഫ് വേൾഡ് റിക്കാർഡ് അധികൃതർക്ക് ഞാനെഴുതിയിട്ടുണ്ട്. നോവൽ, ചെറുകഥ, കവിത, നാടകം, ആത്മകഥ, ജീവചരിത്രം, സഞ്ചാരസാഹിത്യം, ബാലസാഹിത്യം, വൈജ്ഞാനിക സാഹിത്യം, ഹാസ്യസാഹിത്യം എന്നീ പത്തു വിഭാഗങ്ങളിലായാണ് ഈ ഇരുപത് പുസ്തകങ്ങൾ ഞാൻ രചിച്ചിട്ടുള്ളത്.

പക്ഷേ, ഒരേപോലുള്ള പതിനാറു പുസ്തകങ്ങൾ ഒരു വേദിയിൽ പ്രകാശനം ചെയ്ത് റിക്കാർഡിട്ടു എന്നൊക്കെ പറഞ്ഞ് ഒരു പെണ്ണെഴുത്തുകാരി ഈയിടെ വാർത്തകളിൽ നിറഞ്ഞു നിൽക്കുന്നതു കണ്ടു. പത്രങ്ങളെല്ലാം ആ സുന്ദരിക്കോതയുടെ ചിരിച്ചുലയുന്ന ഫോട്ടോയും കൊടുത്തു രസിക്കുന്നു. ഇതൊക്കെയാണ് ഇവിടെ സാഹിത്യത്തിൽ നടക്കുന്ന അഡ്ജസ്റ്റ്മെന്റ് തൊലി വെളുപ്പുള്ള പെണ്ണുങ്ങൾ പ്രേമം, കാമം എന്നൊക്കെ പറഞ്ഞ് നാലുവരി തട്ടിക്കൂട്ടി കവിത എന്നും കഥ എന്നും ഒക്കെ പേരുപറഞ്ഞ് വരികൾ തിരിച്ചും മറിച്ചുമിട്ട് വലിച്ചുനീട്ടിപ്പരത്തി ഓരോന്ന് പടച്ചുവിടുമ്പോൾ അതു പ്രസിദ്ധീകരിക്കാൻ ഇവിടെ ചില പ്രസിദ്ധീകരണങ്ങൾ മത്സരിക്കുകയാണ്. അതു പുസ്തകമാക്കാനും ഞരമ്പുരോഗികളായ ചില പ്രസാധകർ ചാടിവീഴുന്നു. യഥാർത്ഥ സാഹിത്യകാരൻ നേരിടുന്ന വെല്ലുവിളി ഇവിടെയാണ്. കണ്ണെഴുതി പൊട്ടും തൊട്ട് പൗഡറും പൂശി നടക്കുന്ന ചില മഹിളാമണികളെ ആനയും അമ്പാരിയുമായി എഴുന്നെള്ളിച്ചുകൊണ്ടുവരാൻ ഇവിടെ ആളുകളുണ്ട്. കഷ്ടപ്പെട്ട് പ്രതിഭ തെളിയിക്കാൻ ശ്രമിക്കുന്ന എന്നെപ്പോലുള്ള ആണുങ്ങളോട് ഇവർക്ക് പുച്ഛം. അതിന് അറുതി വരേണ്ടതുണ്ട്.

കാലം മാറുകയാണ് പ്രിയപ്പെട്ടവരേ, പ്രതിഭയെ അംഗീകരിക്കുന്ന കാലം വരുന്നു. എന്റെ ഈ ഇരുപത് പുസ്തകങ്ങൾ പ്രകാശനം ചെയ്യപ്പെടുന്നതോടെ ഒരു പുതുമാറ്റത്തിന് പിറവിയാകും. ഗിന്നസ് അവാർഡെന്നത് നോബലിനെക്കാൾ വലിയ അംഗീകാരമാണെന്ന് എന്നെപ്പോലെ നിങ്ങൾക്കുമറിയാം. അത് ഞാൻ നേടിയെടുക്കും. ഇനി നാളെ ഏതെങ്കിലുമൊരു സുന്ദരിക്കോത വന്ന് ഇരുപത്തിഒന്ന് പുസ്തകങ്ങൾ പടച്ചുണ്ടാക്കി പ്രകാശനത്തിനൊരുങ്ങിയാൽ,

അടുത്ത നിമിഷംതന്നെ ഞാൻ പകരം വീട്ടിയിരിക്കും. മുപ്പതു പുസ്തകങ്ങളുമായായിരിക്കും എന്റെ അടുത്ത വരവ്. ഇനി ഈ പ്രകാശ് മാത്യു ഇടിക്കുള അടങ്ങിയിരിക്കുകയില്ല. എന്റപ്പച്ചൻ കണിയാർക്കുളങ്ങര കുരിശുമ്മൂട്ടിൽ ഇടിക്കുള മത്തായി എന്ന മഹാസാഹിത്യകാരനോട് മലയാളഭാഷ ചെയ്ത പാതകത്തിന് പകരം ചോദിക്കാൻ തന്നെയാണ് ഈ പ്രകാശ് മാത്യു ഇടിക്കുള എന്ന യുവസാഹിത്യകാരൻ ഒരുങ്ങിയിറങ്ങിയിരിക്കുന്നത്. ഒ.വി. വിജയനും കാക്കനാടനും ശേഷം മലയാളം നോക്കിയിരിക്കുന്ന ഒരേ ഒരു പേരായിരിക്കും പ്രകാശ് മാത്യു ഇടിക്കുള. എന്റെ ഈ ഇരുപത് പുസ്തകങ്ങൾ അത് തെളിയിക്കുമെന്ന ഉറപ്പോടെ നിങ്ങളേവരേയും ഈ പ്രകാശനച്ചടങ്ങിലേക്ക് ഹൃദയപൂർവ്വം സ്വാഗതം ചെയ്യുന്നു.

നന്ദി. നമസ്ക്കാരം.

■

പച്ചമരങ്ങൾക്കിടയിലൂടെ അവൾ പറന്നുപോയി

ടൗൺ ഹാൾ പിന്നിട്ട് ജയന്തന്റെ സ്കൂട്ടർ സാഹിത്യ അക്കാദമിയുടെ മുന്നിലെത്തിയതും പിറകിലിരുന്ന സാന്ദ്രാ ജെയിംസ് ഒച്ച വെച്ചു: "ജയാ വണ്ടിയൊതുക്ക്. എനിക്കിതിനകത്തൊന്ന് കയറണം."

"ഇതിനകത്തോ?"

എന്തോ അത്ഭുതം കേട്ട മട്ടിൽ ജയന്തൻ സ്കൂട്ടറൊതുക്കി:

"ഇത് സാഹിത്യ അക്കാദമിയല്ലേ? ഇവിടെ നിനക്കെന്തു കാര്യം?"

"അതൊക്കെയുണ്ട്." സാന്ദ്ര പറഞ്ഞു. "നീ വണ്ടി അകത്തേക്കെടുക്ക്."

ഗേറ്റിൽ വലിയ ഒരു സ്വാഗതകമാനമുണ്ടായിരുന്നു. അതിലിരുന്ന് സാംസ്കാരിക വകുപ്പുമന്ത്രി പുഞ്ചിരിച്ചു. ഒപ്പം ചില എഴുത്തുകാരും. അകത്തെ ഓഡിറ്റോറിയത്തിൽ ഏതോ സാഹിത്യ സമ്മേളനം നടക്കുന്നു. ആളുകൾ വന്നുംപോയുംകൊണ്ടിരുന്നു. ആരുടെയോ പ്രസംഗം മുറിഞ്ഞുമുറിഞ്ഞു കേൾക്കുന്നുണ്ട്.

അലസഗമനക്കാർക്കിടയിലൂടെ വളരെ ശ്രമിച്ച് ജയന്തൻ സ്കൂട്ടർ അകത്തേക്കൊതുക്കി.

അക്കാദമിയുടെ മുന്നിലെ പരമ്പരാഗതമായ മഞ്ഞ എടുപ്പുകളും മുന്നിൽ കുട നിവർത്തിനിൽക്കുന്ന പച്ചമരങ്ങളും നോക്കി അത്ഭുതം കൂറുകയായിരുന്നു അപ്പോൾ സാന്ദ്ര. അവൾ ഒരു മഴ നനയും പോലെ നിന്നു. തീർത്തും അപ്രതീക്ഷിതം. ഇത്തരമൊരു വരവ് പ്രതീക്ഷിച്ചതേയില്ല. ഈ നഗരത്തിലേക്കുള്ള വരവ് തന്നെ പ്രതീക്ഷിച്ചതല്ലല്ലോ.

സാന്ദ്ര ഓഡിറ്റോറിയത്തിനു നേർക്ക് നടന്നു. പുതിയ അനുഭവമായി അവൾക്കത്. അവൾക്കറിയാമായിരുന്ന പഴയ അക്കാദമിയിൽ ഇത്തരമൊരു വലിയ ഓഡിറ്റോറിയമുണ്ടായിരുന്നില്ല. അകത്ത് വൈലോപ്പിള്ളി മാഷുടെ ഓർമ്മയ്ക്കായുള്ള ചെറിയ ഹാൾ മാത്രമേ

ഉണ്ടായിരുന്നുള്ളൂ. ചുവരുകളിലിരുന്ന് വള്ളത്തോളും കേശവദേവും ഉറൂബും തകഴിയും പൊറ്റെക്കാട്ടും പുഞ്ചിരിക്കുന്നു. ആ ഹാളിൽ എത്രയോ തവണ കൊച്ചുന്നാളിൽ ഇരുന്നിട്ടുണ്ടെന്ന് സാന്ദ്ര ഓർത്തു.

ഓഡിറ്റോറിയത്തിൽ നല്ല കിളിരമുള്ള, വൃദ്ധനായ ഒരു ജുബ്ബാക്കാരൻ ആധുനിക സാഹിത്യത്തിന്റെ വകഭേദങ്ങളെക്കുറിച്ച് ഉറക്കെയുറക്കെ സംസാരിക്കുകയായിരുന്നു:

"സത്യത്തിൽ ആധുനികത എന്നൊന്നില്ല. എല്ലാം വെറും അഭ്യാസങ്ങൾ മാത്രം. ഓരോ കാലഘട്ടത്തിലേയും സാഹിത്യമേതോ അത് ആധുനികമാണ്. കാലം പിന്നിടുമ്പോൾ പുതിയതിനെ ആധുനികത എന്നു വിളിക്കുന്നു."

സാന്ദ്രയ്ക്ക് ഒന്നും പിടികിട്ടിയില്ല. അവൾ ഓഡിറ്റോറിയമാകെ കണ്ണോടിച്ചു. ചിലർ അന്യോന്യം സംസാരിച്ചിരിക്കുന്നു. ചിലർ ഉറക്കം തൂങ്ങും മട്ടിലാണിരിപ്പ്. മുൻനിരയിൽ വാർദ്ധക്യദശയിലെത്തിയ ചിലരുണ്ട്. അവരുടെ വല വീണ കണ്ണുകളിൽ മാത്രമാണ് ഇത്തിരി പ്രതീക്ഷയുടെ നറുവെളിച്ചമുള്ളത്. വേദിയിൽ അവാർഡ് വാങ്ങാനിരിക്കുന്നവരുടെ ബന്ധുജനങ്ങളാവണം. സാഹിത്യത്തിലേക്ക് പിച്ചവെയ്ക്കുന്ന കൊച്ചുമക്കൾ അവാർഡുകൾ ഏറ്റുവാങ്ങുന്നത് കാണാൻ കാലേക്കൂട്ടി വന്നെത്തിയവർ.

വലിയ ആരവം മുഴക്കി സാംസ്കാരിക വകുപ്പു മന്ത്രിയും പരിവാരങ്ങളും അപ്പോൾ ധൃതിയിൽ വന്നിറങ്ങുകയായി. സാന്ദ്ര ഒതുങ്ങി നിന്നു. ജയന്തൻ അവൾക്കു പിറകേ അപ്പോഴും അത്ഭുതം വിട്ടുമാറാത്ത ഒരു കുട്ടിയെപ്പോലെ നിലകൊണ്ടു.

"നമുക്കിറങ്ങാം." സാന്ദ്ര പറഞ്ഞു.

"എന്താ മതിയായോ?" ജയന്തൻ ചോദിച്ചു: "മന്ത്രിയുടെ പ്രസംഗം കേൾക്കണ്ടേ?"

"ആർക്കു വേണം പ്രസംഗം." സാന്ദ്ര ഓഡിറ്റോറിയത്തിന്റെ പടിയിറങ്ങി: "ജയനറിയോ, ഈ അക്കാദമി വളപ്പ് എന്റെ കുട്ടിക്കാലത്തിന്റെ നല്ലൊരു ഭാഗം അപഹരിച്ചിരുന്നു ഒരിക്കൽ."

"നീ ഇതുവരെ പറഞ്ഞിട്ടില്ല അതൊന്നും." ജയന്തൻ കൂടെ നടന്നു: "നീ ജനിച്ചതും വളർന്നതുമൊക്കെ തൃപ്പൂണിത്തുറേലാന്നല്ലേ ഞാൻ കരുതീത്."

"ആ കരുതൽ ശരി തന്നെ." സാന്ദ്ര പറഞ്ഞു.

"എന്നാൽ അപ്പച്ചന് സ്ഥലംമാറ്റമായി കുറച്ചു വർഷങ്ങൾ ഇവിടുണ്ടായിരുന്നു."

എന്നിട്ട് അവൾ അക്കാദമിയുടെ പുറംമതിലിനപ്പുറത്തേക്ക് വിരൽ ചൂണ്ടി, "ദേ ആ ക്വാർട്ടേഴ്സുകൾ കണ്ടോ. അതിലൊന്നിൽ കുറേ ക്കാലം ഞാനും അമ്മച്ചിയും അപ്പച്ചനും ഇച്ചായനും കഴിഞ്ഞു."

സാന്ദ്ര ജയന്തനെ അക്കാദമിയുടെ മുൻവശത്തേക്ക് ആനയിച്ചു: "വാ ഞാൻ നിനക്കിവിടത്തെ വലിയ ലൈബ്രറി കാട്ടിത്തരാം. കാണേണ്ട കാഴ്ചയാണത്."

സാന്ദ്രയുടെ പിറകെ ജയന്തൻ നടന്നു. അയാൾക്ക് അത്ഭുതം വിട്ടുമാറിയിരുന്നില്ല. കൂടെക്കൂട്ടിയിട്ട് ഇപ്പോ നാലാണ്ടാവുന്നു. സാഹിത്യഭ്രാന്തൊന്നും ഇതുവരെ കാട്ടിയിട്ടില്ല. വായിക്കുകയും എഴുതുകയും ഒന്നും ചെയ്യാറുമില്ല. എപ്പോൾ നോക്കിയാലും ഇരുന്ന് കിനാവു കാണുന്നതു മാത്രമറിയാം. ഒരുപക്ഷേ ഈ കിനാവാകുമോ ചിലരെ സംബന്ധിച്ചിടത്തോളം സാഹിത്യരോഗം?

അക്കാദമി ലൈബ്രറിയിലെ ഇരിപ്പിടങ്ങളിൽ നിറയെ ഗവേഷണ വിദ്യാർത്ഥിനികൾ. അവർ നിശ്ശബ്ദം വായിച്ചും കുറിപ്പുകൾ തയ്യാ റാക്കിയും കൊണ്ടിരുന്നു. രണ്ടുനിലകളിലായി പരന്നുകിടക്കുക യാണ് പുസ്തകങ്ങൾ.

"ഞാനിവയിൽ പലതും തൊട്ടുനോക്കിയിട്ടുണ്ട്." സാന്ദ്ര പതിയെ പറഞ്ഞു: "എം.ടി.യും മാധവിക്കുട്ടിയുമാണെന്റെ ഫേവറേറ്റ്."

വിസിറ്റേഴ്സ് ഹാളിലെ കസേരകളിലൊന്നിരുന്ന് സാന്ദ്ര സെക്ര ട്ടറിയുടെ മുറി ചൂണ്ടിക്കാട്ടി: "ഞാൻ കുട്ടിക്കാലത്ത് മിക്കവാറും ആ മുറിക്കകത്താവും. പവനനങ്കിളുള്ളപ്പോഴും പിന്നീട് മോഹനവർമ്മ അങ്കിളുവന്നപ്പോഴും."

"ഏത് പവനൻ?" ജയന്തൻ അന്തം വിട്ടുപോയി: "അങ്ങനെ യൊരു സെക്രട്ടറിയോ?"

"ഈ ജയന് ഒന്നുമറിഞ്ഞുകൂടാ. നമ്മുടെ ഭാഷയിലെ വലിയൊ രു നിരൂപകനും പ്രഭാഷകനുമായിരുന്നു പവനൻ എന്ന പി.വി. നാ രായണൻ നായർ. യുക്തിവാദ പ്രസ്ഥാനത്തിന്റെ വല്യ നേതാവാ. എന്നാലുമെന്താ കുട്ടികളുടെ മനസ്സാ. അതുകൊണ്ടുതന്നെ എന്നെ വല്യ കാര്യമായിരുന്നു. എനിക്ക് ഒരുപാട് ചോക്ലേറ്റ് വാങ്ങിത്തന്നി ട്ടുണ്ട് പവനനങ്കിള്."

ജയന്തൻ ഇതേതുലോകം എന്നറിയാതെ മിഴിച്ചിരുന്നു. അയാൾ ക്കറിയാവുന്ന സാന്ദ്രാ ജെയിംസ് മഹാരാജാസിലെ തീപ്പൊരി പ്രാസംഗികയൊക്കെയാണ്. എന്തായാലും സാഹിത്യത്തിന്റെ വാസന യുള്ള ഒരാളായിരുന്നില്ല. പെൺകുട്ടികളുടെ അവകാശങ്ങൾക്കായി വാദിക്കുകയും സംവാദവേദികളിൽ കുറിക്കുകൊള്ളുന്ന മറുപടി

നൽകി സദസ്സിനെ പ്രകമ്പനം കൊള്ളിക്കുകയും ചെയ്യുന്ന ചടുലമായ വ്യക്തിത്വത്തിനുടമയായിരുന്നു അയാൾക്ക് സാന്ദ്രാ ജെയിംസ് എന്ന പി.ജി. വിദ്യാർത്ഥിനി. ചരിത്രത്തിന്റെ കാണാപ്പുറങ്ങൾ തേടി അയാൾ വേൾഡ് ഹിസ്റ്ററി ക്ലാസ്സിൽ പാഠഭാഗങ്ങൾക്കപ്പുറത്തേക്കും കടക്കുമ്പോൾ, മുമ്പിൽ വിസ്മയക്കണ്ണുകളുമായിരിക്കുന്ന അനേകം കുട്ടികളിൽ ഒരാൾ മാത്രമായിരുന്നു ആദ്യമൊക്കെ അവൾ. പിന്നീടാണ് ആ കണ്ണുകളിലെ നക്ഷത്രത്തിളക്കം കണ്ടറിഞ്ഞത്.

“എനിക്ക് വലിയൊരു രാഷ്ട്രീയ നേതാവാകണം.” ഒരിക്കൽ പ്രണയസായാഹ്നങ്ങളിലൊന്നിൽ മഹാരാജാസിന്റെ പിരിയൻ ഗോവണിയിറങ്ങവേ അവൾ പറഞ്ഞു: “ജയന്തന് വിരോധമുണ്ടോ?”

“ഒരു വിരോധവുമില്ല.” അങ്ങനെയാണ് ചിരിച്ചുകൊണ്ട് അയാൾ പ്രതികരിച്ചത്.

“പിന്നെ മന്ത്രിയൊക്കെയാവുമ്പോ പ്രൈവറ്റ് സെക്രട്ടറിയായി ഒരു ഡപ്യൂട്ടേഷൻ തരപ്പെടുത്തിത്തരണം.”

“ഞാൻ മന്ത്രിയാവുമ്പോ ഒരിക്കലും ജയന്തനെ സെക്രട്ടറിയാക്കില്ല.” സാന്ദ്ര ചിരിച്ചു.

“അതിന് നല്ല പൊളിറ്റിക്കൽ അവേർനസുള്ളവരെ ഞങ്ങടെ പാർട്ടി സെക്രട്ടറിയേറ്റ് നോമിനേറ്റ് ചെയ്യും.”

അവൾ മന്ത്രിയുമായില്ല. പാർട്ടി സെക്രട്ടറിയുമായില്ല. സാന്ദ്രാ ജെയിംസ് എന്ന ഒരു ലോവർ ഡിവിഷൻ ക്ലാർക്കായി. എറണാകുളത്തിന്റെ ഇത്തിരി വെട്ടത്തിനപ്പുറം എവിടേയും പോയില്ല. പോകണമെന്ന് ആഗ്രഹിച്ചതുമില്ല. പി.എസ്.സി. റാങ്ക്ലിസ്റ്റിൽ പേര് വന്നപ്പോഴേ എവറസ്റ്റ് കീഴടക്കിയ സന്തോഷമായിരുന്നു.

ജയന്തൻ ഓർത്തു: ഇന്നുതന്നെ തൃശ്ശൂർ മെഡിക്കൽ കോളേജിൽ കിടക്കുന്ന അടുത്ത സുഹൃത്ത് സരസിജനെ കാണാനാണ് രാവിലത്തെ പുഷ്പുൾ ട്രെയിനിൽ സാന്ദ്രയുമായി വന്നത്. കെ.എസ്.എഫ്.ഇ.യിൽ ഒരു സുഹൃത്ത് കൂടിയുള്ളതുകൊണ്ടാണ് സരസിജന്റെ അനിയൻ മഹിജന്റെ സ്കൂട്ടർ തരപ്പെടുത്തി നഗരപ്രദക്ഷിണത്തിന് ഇറങ്ങിയത്. വടക്കുന്നാഥനെ തൊഴുതു. സാന്ദ്ര വലിയ വിപ്ലവവീര്യത്തോടെ പുറത്ത് അരയാൽത്തറയിലിരുന്നതേയുള്ളൂ. അവിടന്നാണ് ടൗൺ ഹാളിനടുത്തുള്ള കെ.എസ്.എഫ്.ഇ.യിലെത്തിയത്. മടങ്ങും വഴിയാണ് സാഹിത്യ അക്കാദമിക്കു മുന്നിലൂടെ സ്കൂട്ടർ പാഞ്ഞത്.

“ഒരിക്കൽ എം.ടി. അങ്കിളിന്റെ കസേരയിൽ ഞാൻ കയറിയിരുന്നിട്ടുണ്ട്.” സാന്ദ്ര ഓർമ്മകളിലേക്ക് ഒരു പളുങ്കു ചിരിയുതിർത്തു.

“അന്ന് സെക്രട്ടറി വർമ്മ അങ്കിളായിരുന്നു. എം.ടി. അങ്കിളാണ് പ്രസിഡണ്ടെന്നൊന്നും എനിക്കറിഞ്ഞൂടായിരുന്നു.”

“നീ ഏത് എം.ടി. അങ്കിളിന്റെ കാര്യമാ ഈ പറയുന്നത്?” ജയന്തന് ചെറുതായി ദേഷ്യം വരുന്നുണ്ടായിരുന്നു.

“നീ ഒരു മരമണ്ടൻ തന്നെ ജയന്താ.”

സാന്ദ്ര എഴുന്നേറ്റു. എന്നിട്ട് ജയന്തന്റെ കൈ പിടിച്ചെഴുന്നേൽപ്പിച്ച് പ്രസിഡന്റുമാരുടെ പേരും കാലയളവും പ്രദർശിപ്പിച്ചിട്ടുള്ള വലിയ ബോർഡ് ചൂണ്ടിക്കാട്ടി: “നമുക്ക് മലയാളത്തില് ഒരേയൊരു എം.ടി.യേയുള്ളൂ. അത് സാക്ഷാൽ എം.ടി. വാസുദേവൻ നായരു മാത്രമാ.”

ജയന്തൻ പ്രസിഡന്റുമാരുടെ ആ ബോർഡു നോക്കി. എം.ടി. വാസുദേവൻ നായർ എന്ന പേര് കണ്ടുപിടിച്ചു. അപ്പോൾ ഇവൾ പറയുന്നതിൽ വാസ്തവമുണ്ടെന്നാണോ? എന്നാലും പലതും അയാളുടെ മനസ്സിൽ കിടന്ന് പിണഞ്ഞു. അവ്യക്തമായ കാഴ്ചകളാൽ മനസ്സിന്റെ പ്രതലം കോറി വരഞ്ഞു.

“ഞാനന്ന് ചെറിയ കുട്ടിയല്ലേ.” സാന്ദ്ര പറഞ്ഞു കയറുകയാണ്. “എനിക്കറിയാമോ എം.ടി.യെയും പ്രസിഡന്റിനെയുമൊക്കെ. ആകെ അറിയാവുന്നത് മോഹനവർമ്മ അങ്കിളിനെയാ.”

സാന്ദ്ര തുടർന്നു: “അന്നൊരിക്കെ അപ്പുറത്തെ അപ്പച്ചന്റെ ക്വാർട്ടേഴ്സീന്ന് മതിലു ചാടി വന്നപ്പോ വർമ്മ അങ്കിള് വല്ല്യ ജോലിത്തിരക്കിലാ. അപ്പോ ഞാൻ തൊട്ടടുത്ത മുറിയിലെ കസേരയിൽ ഒരു പുസ്തകോം വായിച്ചോണ്ട് കയറിയിരിപ്പായി. അപ്പഴാ വാതിൽ തുറന്ന് എം.ടി. അങ്കിള് വന്നത്. ആരെക്കാണാനാന്ന് ഞാൻ ചോദിച്ചു. മോളെ കാണാൻ തന്ന്യാ എന്നു പറഞ്ഞ് മേശയ്ക്കപ്പുറത്തുള്ള കസേരയിലിരുന്നു. എന്നിട്ട് ചോദിക്വാ, എന്താ പേര്ന്ന്.”

“എന്നിട്ട് നീ എന്തുപറഞ്ഞു?” ജയന്തന് കൗതുകമായി.

“ഞാനെന്റെ പേര് പറഞ്ഞു. സാന്ദ്രാ ജെയിംസ് എന്ന്.” സാന്ദ്ര ഓർമ്മകളിലൂടെ നടന്നു.

“തമാശ അതല്ല. ഞാൻ ചോദിച്ചു, നിങ്ങളുടെ പേരെന്താ എന്ന്. അപ്പോ ആ അങ്കിള് പറയ്യാ, ഇതുവരെ പേരിട്ടിട്ടില്ലാന്ന്. ഞാൻ ചെറിയ കുട്ടിയല്ലേ. ഒരുപാട് കളിയാക്കിച്ചിരിച്ചു. ഒപ്പം അങ്കിളും ചിരിച്ചു. അങ്ങനെ പിന്നീട് ഞങ്ങള് വല്ല്യ കൂട്ടായി. കുറേക്കാലം കഴിഞ്ഞ് പിരിയാന്നേരം അങ്കിളെനിക്ക് നാലുകെട്ടും കാലവും രണ്ടാമൂഴവുമൊക്കെ കയ്യൊപ്പിട്ട് തന്നിട്ട് പറയാ, വലുതാവുമ്പോ വല്ല്യ എഴുത്തുകാരിയാവണംന്ന്. എന്നിട്ട് എന്നെക്കാണാൻ വീണ്ടും വരണംന്ന്.”

“നമുക്കിറങ്ങിയാലോ.” ജയന്തൻ വാച്ചിൽ നോക്കി: “രണ്ടു മണീടെ പുഷ്പുള്ളില് നമുക്കു മടങ്ങേണ്ടതല്ലേ, അതിനു മുമ്പ് സര സിജന്റെ അനിയന് സ്കൂട്ടറ് തിരിച്ചു കൊടുക്കേം വേണം.”

“എന്നാ ശരി.” സാന്ദ്ര ജയിംസ് സമ്മതിച്ചു. “പക്ഷേ എനിക്കു വാക്കു തരണം. നമുക്കിനീം ഇവിടെ വരണം. ഓർമ്മകൾ ഓടി ക്കളിക്കുന്ന ഈ പുണ്യഭൂമീല്. എം.ടി. അങ്കിള് പറഞ്ഞപോലെ എനിക്കു വല്ല്യ എഴുത്തുകാരിയാവണം..”

“ഓക്കെ. വാക്കു തന്നിരിക്കുന്നു.” ജയന്തന് എങ്ങനെയെങ്കിലും അവിടം വിട്ടാൽ മതിയെന്നായി.

അക്കാദമി മുറ്റത്തെ പച്ചമരങ്ങളിൽ കാറ്റ് കൂടുകൂട്ടിയിട്ടുണ്ടായി രുന്നു. ഇലകൾ ഇളകിക്കൊണ്ടിരുന്നു. ഓഡിറ്റോറിയത്തിലെ ബഹളം ശമിച്ചിരുന്നില്ല. അവാർഡുകൾ വാങ്ങുന്നവർക്ക് പ്രോത്സാഹനമായി കയ്യടികളുയരുന്നുണ്ട്. ആളുകൾ ഗേറ്റിലൂടെ ചുമ്മാ അകത്തേക്കും പുറത്തേക്കും ഒഴുകിക്കൊണ്ടിരുന്നു.

ജയന്തന്റെ സ്കൂട്ടർ ആൾക്കൂട്ടത്തിനു നടുവിലൂടെ ടൗൺ ഹാൾ റോഡിലേക്കിറങ്ങി മെഡിക്കൽ കോളേജിനു നേർക്ക് കുതിച്ചു.

രാത്രി മട്ടാഞ്ചേരിയിലെ ‘സാന്ദ്രം’ എന്ന മനോഹര കടലോര വസതിയിലെ ബാൽക്കണിയിലിരുന്ന് ജയന്തൻ മൊബൈലിൽ, സാന്ദ്രയുടെ അച്ഛൻ ജെയിംസ് മാത്യുവിനെ തേടി. സാന്ദ്ര വിശദ മായ ഒരു നിശാസ്നാനത്തിനായി ബാത്ത്റൂമിലായിരുന്നു. ഒന്നൊ ന്നര മണിക്കൂറെടുത്താണ് അവൾ രാത്രി കുളിക്കുക. ജയന്തന് ഏറ്റവും സമാധാനമുള്ള സമയമായിരുന്നു അത്. സാന്ദ്രയുടെ അപ്പനു മമ്മയും മകന്റെ കൂടെ കോഴിക്കോട് വെസ്റ്റ്ഹില്ലിലെ വസതിയി ലാണ് ഇപ്പോൾ വാർദ്ധക്യകാല വിശ്രമജീവിതം മുന്നോട്ടു കൊണ്ടു പോവുന്നത്. എല്ലാ രാത്രിയിലും ജയന്തനും കുളി കഴിഞ്ഞ് പ്രാർ ത്ഥിച്ചശേഷം സാന്ദ്രയും വിളിച്ച് കുശലം ചോദിക്കാറുള്ളതാണ്.

അങ്ങേത്തലയ്ക്കൽ ഫോണെടുത്തപ്പോൾ ജയന്തൻ സംസാ രിച്ചു. “അപ്പച്ചാ, ജയന്തനാ. സുഖാണല്ലോ അല്ലേ?”

“സുഖം തന്നെ.” ജെയിംസ്മാത്യു പറഞ്ഞു.

“ഞങ്ങളിന്ന് തൃശ്ശൂര് പോയിരുന്നു.”ജയന്തൻ അറിയിച്ചു: “ഹോസ്പിറ്റലിലുള്ള എന്റെ ഒരു ഫ്രണ്ടിനെ കാണാനാ.”

“അതെന്തുപറ്റി ഫ്രണ്ടിന്? ഏത് ഫ്രണ്ടാ?”

“അത് അപ്പച്ചന് അറിയാമ്മേലാ. എന്റെ കൂടെ മുമ്പ് ജോലി ചെയ്തതാ. ഇപ്പോ രാജി വെച്ച് തൃശ്ശൂര് ഐ.എ.എസ്. കോച്ചിങ് ക്ലാസ്സ് നടത്തുവാ സരസിജൻ.”

“അതാ, ഇക്കാലത്ത് ലാഭം.” അപ്പച്ചൻ പറഞ്ഞു. “യുജിസിയേക്കാളും ലാഭം അതാ.”

“ഓ... അതല്ല ഇവിടെ വിഷയം അപ്പച്ചാ.”

ജയന്തൻ തന്റെ ആകാംക്ഷ മറച്ചുവെക്കാതെ പറഞ്ഞു: “ഇടയ്ക്കൊന്ന് സാഹിത്യ അക്കാദമിയിലും കയറി. സാന്ദ്രയ്ക്ക് വല്ല്യ സന്തോഷമായി. അവള്ടെ കുട്ടിക്കാല ഓർമ്മകളുമായിട്ട് അവിടെ കുറേ നേരമിരുന്നു.

“എന്ത് കുട്ടിക്കാല ഓർമ്മകൾ?” ജെയിംസ്മാത്യു അതിശയം പ്രകടിപ്പിച്ചു: “തൃശ്ശൂരില് അവൾക്ക് എന്ത് കുട്ടിക്കാലം?

“അപ്പച്ചന്റെ ക്വാർട്ടേഴ്സും മറ്റും അവള് കാണിച്ചു തന്നു. അക്കാദമിക്ക് പിറകിലുള്ള സ്റ്റാഫ് ക്വാർട്ടേഴ്സ്.” ജയന്തൻ വിശദീകരിച്ചു.

“അതിന് ഞാൻ തൃശ്ശൂര് ജോലി ചെയ്തിട്ടേ ഇല്ലല്ലോ.” ജെയിംസ് മാത്യുവിന്റെ ദേഷ്യം വരുന്നുണ്ടായിരുന്നു. “നീയിന്ന് രണ്ടെണ്ണം കൂടുതല് വീശിയോടാ?”

ജയന്തൻ ഫോൺ കട്ട് ചെയ്തു. അയാൾ ദൂരെ കടൽപരപ്പിലേക്കു നോക്കി. നങ്കൂരമിട്ട ചില കപ്പലുകളിൽനിന്ന് നറുവെളിച്ചം മിന്നിപ്പൊലിയുന്നുണ്ടായിരുന്നു. ഓളങ്ങൾക്കുമേൽ ഒരു ചെറുകാറ്റു വീശി.

■

തേങ്ങ

പത്തു തേങ്ങ പൊതിച്ചു. നാലെണ്ണം പേടായിപ്പോയി. കുലുക്കി നോക്കിയപ്പോൾ ശബ്ദമില്ല. ഉടച്ചപ്പോൾ പേടാണ്. ആറെണ്ണവും കൊണ്ട് പുറപ്പെട്ടു. മൊയ്തീൻക്ക അറുപത് രൂപ തന്നു. എട്ടുരൂപയ്ക്ക് നാരങ്ങവെള്ളം വാങ്ങിക്കുടിച്ചു. രണ്ടുരൂപയ്ക്ക് കടലമിഠായി വാങ്ങി. ഒരെണ്ണം വായിലിട്ട് ചവച്ചു. ബാക്കി പൊതിഞ്ഞ് എളിയിൽ തിരുകി. സമാധാനമായി. ഉച്ചയൂണിനുള്ള പണം തികയും. 40 രൂപയാണ് കുഞ്ഞിക്കണാരേട്ടന്റെ ഊണുപീടികയിൽ ചോറിനും ചാള പൊരിച്ചതിനും. ബാക്കിക്ക് വൈകുന്നേരം ചായയും കടിയുമാവാം. എങ്കിലും ഇന്നത്തെ തേങ്ങയെടുപ്പ് അവസാനിപ്പിക്കാറായിട്ടില്ല.

തങ്കമ്മച്ചേച്ചിയുടെ വിളയിൽനിന്നാണ് രാവിലെ പത്തുതേങ്ങ പെറുക്കിയത്. ഇനി അസൈനാർ സായിപ്പിന്റെ കടപ്പുറത്തുള്ള വിശാലമായ തെങ്ങിൻതോട്ടമാണ് ഉന്നം. പക്ഷേ, അവിടെ പോകുന്നത് സൂക്ഷിച്ചുവേണം. സായിപ്പ് കണ്ടാൽ ഇടങ്ങേറാണ്. നട്ടുച്ചയാവുമ്പോൾ അങ്ങേർ ഏതെങ്കിലുമൊരു ബീവിയുടെ പുരയിൽ ബിരിയാണി കഴിച്ച് ഏമ്പക്കമിട്ട് മലർന്നിട്ടുണ്ടാവും. എങ്കിലും പണിക്കാർ ഉണ്ടെങ്കിൽ കുഴഞ്ഞതുതന്നെ.

ഇല്ല, അങ്ങനെയുണ്ടാവില്ല. ഈയിടെയായി കാടുംപടലവുമായി കിടപ്പാണവിടെ. സ്ഥിരംതെങ്ങുകയറ്റക്കാരൻ കിട്ടണ്ണൻ വീണുനടുവൊടിഞ്ഞതിൽപ്പിന്നെ, അങ്ങനെ പകരക്കാരായി ആരുമില്ലാതായി. തേങ്ങയൊക്കെ പൊഴിഞ്ഞു പൊഴിഞ്ഞുവീഴുകതന്നെ. പെറുക്കിപ്പെറുക്കിയെടുക്കുകതന്നെ. ഇതുവരെ ചാക്കോംതുരുത്തിലെയോ ചങ്ങാരം കോളനിയിലെയോ പിള്ളേരോ പെണ്ണുങ്ങളോ ഒന്നും അങ്ങോട്ട് കണ്ണുവെക്കാത്തത് ഭാഗ്യം. അവർക്കും അസൈനാർ സായിപ്പിനെ പേടിയാണ്. അയാളുടെ തെങ്ങുകളെ പേടിയാണ്. വാടിവീഴുന്ന തേങ്ങകളെയും പേടിയാണ്. പേടിയുണ്ടെങ്കിലും

പാത്തും പതുങ്ങിയും കാര്യം നടത്തുന്നത് ഈ ഒരാൾ മാത്രം. ചിരി വന്നു.

കടലിന്റെ മണം കാറ്റിന്റെ ചുണ്ടുകളിൽ. കാറ്റിങ്ങനെയാണ് ചില പ്പോൾ. പാഞ്ഞു വന്നങ്ങ് വല്ലാതെ ഉമ്മവച്ചുകളയും. കടലിനെയോ മീനിനെയോ കുഞ്ഞമ്മിണിയേയോ കാറ്റ് ശറപിറാ മണപ്പിക്കും. ഓരോ തവണയും ഓരോരോരോ മണങ്ങൾ. കടൽ അടുത്തുവരുന്നു. ഇരമ്പം കേൾക്കാം. കടലേ, കാറ്റേ.... ആഞ്ഞു നടന്നു.

തെങ്ങിൻതലപ്പുകളിൽ കടൽ, കാറ്റായി മുരണ്ട് വീശുന്നുണ്ട്. വലവീശി വന്നെത്തിയവരുടെ ഹുങ്കാരം ദൂരെ കേൾക്കാം. നല്ല കോള് കിട്ടിയിട്ടുണ്ടാവും. ചിലപ്പോ ചാളയുടെ ചാകര. അല്ലെങ്കിൽ കൊഞ്ചിന്റെ, കണവയുടെ... കടപ്പുറത്ത് പോയാലോ? വേണ്ട. പത്തു തേങ്ങയെങ്കിൽ പത്തു തേങ്ങ. അതാണ് ഇപ്പോ വേണ്ടത്. തേങ്ങ യാണ് ഉന്നം. തേങ്ങയാണ് അന്നം. മീൻ പിന്നേയുള്ളൂ.

സായിപ്പിന്റെ തെങ്ങിൻതോട്ടം ശൂന്യമാണ്. അങ്ങനെ ആലോ ചിക്കാൻ വരട്ടെ. അതാ വരുന്നു ചെത്തുകാരൻ ചേന്നൻ ചെക്കൻ. ചെക്കൻ കണ്ടു പരുങ്ങി. കള്ളച്ചെത്താണല്ലേ? അമ്പട കള്ളാ, കൊച്ചു കള്ളാ...

"അണ്ണൻ ആരോടും പറയരുത്." ചെക്കൻ അരയിലെ ചുരക്കാ ക്കലം എടുത്ത് കമിഴ്ത്തിത്തന്നു. "ക്ഷമി, അണ്ണൻ ഇതിപ്പോ കുടി ച്ചാട്ട്."

കൈക്കുമ്പിളിൽ മധുരക്കള്ളിന്റെ തണുതണുപ്പ് ആവോളം കുടിച്ചു. നല്ല സുഖം.

"ഇല്ല. ഞാനാരോടും പറയത്തില്ല. നീ കൃത്യവായിട്ട് ഇനീം ചെത്തിക്കോടാ ചെക്കാ. ദൈവം നമ്മക്കായി നീക്കിവച്ചതാ ഈ കണ്ട തെങ്ങിൻതോട്ടങ്ങളൊക്കെ. നമ്മ്ടെ തെങ്ങ്, നമ്മ്ടെ തേങ്ങ, നമ്മ്ടെ പാവം ജീവിതം."

ചെക്കൻ ഉശിര് കൈക്കൊണ്ട് ഉല്ലാസപ്പാട്ടുപാടി നടന്നുമറഞ്ഞു. നല്ല പെരുപ്പ്, തരി തരിപ്പ്. കുറേനാളായി പാങ്ങുള്ള തെങ്ങിൻനീര് നന്നായി നുണഞ്ഞിട്ട്. തേങ്ങ ഒളിപ്പിച്ചുതരുന്ന മധുരവെള്ളം പോലും കുടിച്ചിട്ടും ഒത്തിരി കാലമായി. എല്ലാം പെറുക്കി ക്കൊടുത്ത് ജീവിതം തീർക്കുകയല്ലേ? ഉടച്ചു കുടിക്കുവാനൊരിക്ക ലുമാവതില്ലല്ലോ.

കാടും പടലവും വകഞ്ഞുമാറ്റി. തെങ്ങിൻനിഴലുകളിൽ കാലിട്ട് പരതി. ചിലത് തടഞ്ഞു. മുന്നേറി മുന്നേറി പതിനാറെണ്ണം നേടി. പുറകിൽ ഞാത്തിയ പ്ലാസ്റ്റിക് ചാക്കിൽ അവ ഓരോന്നായി സ്ഥാനം

പിടിച്ചു. ചിതറിപ്പോയ ജീവിതം വീണ്ടും ഒന്നിച്ചുചേർന്ന സന്തോഷ ത്തിൽ തേങ്ങകൾ ചാക്കിനകത്തു കിടന്ന് പിടച്ചു ചിരിച്ചു.

ചുമ്മായിരിക്കെന്റെ പിള്ളാരേ...

തോട്ടത്തിൽ നിന്ന് പുറത്ത് കടന്നു. മുന്നിൽ ദൂരെ തുടിക്കുന്ന കടൽ. തലയ്ക്കകത്തും മദിക്കുന്ന കടൽ. ചെക്കന്റെ ചെത്തുകള്ളിന് നല്ല ഊറ്റം.

ഇളംവെയിൽ. കടൽകാറ്റ്.

മുന്നിലൂടെ ആരോ കടന്നുപോയി. നീലച്ചേലയുടെ കലപിലാ ഉലച്ചിൽ. മീൻകൊട്ടയും തലയിൽ വച്ചു നീങ്ങുന്നത് ത്രേസ്സ്യാ പ്പെണ്ണല്ലേ. അതോ കൊച്ചമ്മിണിയോ? മൂക്കിൽ തിരയടിച്ചത് പരി ചിതഗന്ധം. അപ്പോ കൊച്ചമ്മിണിയാവും.

"കൊച്ചമ്മിണീ... വിളി കേൾക്കാതെ നീലച്ചേല അകന്നുപോയി. ശൂന്യം. കൊച്ചമ്മിണി പോയി. വർഷങ്ങളെത്ര കഴിഞ്ഞിരിക്കുന്നു. വാതിൽ കൊട്ടിയടച്ച ദിവസം എത്ര നേരമിരുന്നു കരഞ്ഞതാണ്. ഒരു കാരണവുമില്ല. അവൾ വാതിൽ തുറന്നില്ല. പൊന്നുമോളെ ഒരു നോക്കു കാണിക്കാൻ പറഞ്ഞിട്ടും കാണിച്ചില്ല.

ജയിലിൽ നിന്നിറങ്ങിയ ആ രാത്രിയിൽ എങ്ങോട്ടു പോകണമെ ന്നാണ് ആദ്യം ചിന്തിച്ചത്. വീട്ടിലേക്കുതന്നെ എന്നു തീരുമാനിച്ചു. വീടോ? അവടിപ്പോൾ കൊച്ചമ്മിണി കാണുമോ? അവളോ മോളോ ഒരുനാൾപോലും ജയിലിൽ കാണാൻ വന്നിരുന്നില്ല. ആഗ്രഹിച്ച താണ് പലവട്ടം. വന്നില്ല. വന്നിരുന്നെങ്കിൽ പറയാമായിരുന്നു. ഒരി ക്കലും അത്തരമൊരു തെറ്റു ചെയ്യില്ല. മകളുടെ പ്രായമായ ഒരു പെണ്ണിനെ നശിപ്പിക്കാൻ കൂട്ടുനിന്നിട്ടുമില്ല. പക്ഷേ അവൾ വാതിൽ തുറന്നാലല്ലേ വല്ലതും പറയാനാവുക? തുറന്നില്ല.

റെയിൽവേ സ്റ്റേഷൻ റോഡിലെ തേങ്ങപ്പുര. എസ്.എൻ. ഓയിൽ മിൽസിന്റെ ഗോഡൗൺ, അവിടത്തെ കാവൽ ജോലി ആസ്വദിച്ചു ചെയ്തുവരികയായിരുന്നു. ഓർമ്മവെച്ചനാൾ മുതൽ. കാരുണ്യ വാനായ ദിവാകരൻ മുതലാളിയുടെ പ്രിയപ്പെട്ടവൻ. കാവൽ മാത്ര മല്ല, തെങ്ങിൻതോട്ടങ്ങളിൽ പറിച്ചുകൂട്ടുന്ന തേങ്ങയത്രയും ലോറി യിൽ കയറ്റി ഗോഡൗണിൽ എത്തിക്കുന്ന സൂപ്പർവൈസർ ജോലിയും. സന്തോഷകരം. ആ നശിച്ച വൈകുന്നേരത്ത് അങ്ങ നെയൊക്കെ സംഭവിക്കുംവരെ.

തേങ്ങാപ്പുരയുടെ മുന്നിലെ രണ്ട് ഓഫീസ് കെട്ടിടത്തിൽ തന്നെ യായിരുന്നു താമസവും. രണ്ടാഴ്ച കൂടുമ്പോൾ, അല്ലെങ്കിൽ മാസ ത്തിലൊരിക്കൽ മാത്രമായിരുന്നു വീട്ടിൽപോക്ക്. കൊച്ചമ്മിണിക്കും

മോൾക്കുമുള്ള ജംബറും ബേക്കറിപ്പലഹാരവും പ്രത്യേകം കരുതും. മാസച്ചിലവിനുള്ള കാശ് ദിവാകരൻ മുതലാളിയുടെ കാഷ്യർ ഭദ്രൻ സാറ് മോളുടെ പേരിലുള്ള ബാങ്ക് അക്കൗണ്ടിലേക്കിട്ടു കൊടുക്കാറാണ് പതിവ്.

വയ്യാത്ത ഒരു ഭാവത്തിലാണ് അന്ന് അപരിചിതരായ ആ പെണ്ണും ചെറുക്കനും വൈകുന്നേരം വന്നത്. ഗേറ്റിൽ നിൽക്കുകയായിരുന്നു.

"അണ്ണാ..." പയ്യൻ വിളിച്ചു.

"റെയിൽവേസ്റ്റേഷനിലേക്കു പോകുവാ. വൈഫിന് വല്ലാത്ത ഏനക്കേട്. ഒന്നു ബാത്ത്റൂമിൽ പോണം. പാവം യാത്ര ചെയ്ത് വാടിപ്പോയി."

പെൺകുട്ടിയും പരവേശം കാട്ടി. സ്വന്തം മോളേക്കാൾ പ്രായം കുറവ്. നേരത്തെ കെട്ടിച്ചുവിട്ടതിന്റെ പരവേശമാവും. പാവപ്പെട്ട ഏതോ വീട്ടിലെയാവണം.

"എവിടെപ്പോയി വരണ് നിങ്ങള്?"

ആ ചോദ്യത്തിന് ചെറുക്കന് ഉത്തരം റെഡി.

"ഇവള്ടെ ചേച്ചി ജനറൽ ഹോസ്പിറ്റലിൽ പെറ്റു കിടക്കണ് അണ്ണാ. ചെന്ന് കണ്ടേച്ച് മടങ്ങും വഴിയാ."

"ശരി കേറി വാ മക്കളേ."

അവരെ അകത്തേക്കു ക്ഷണിച്ചു. ഓഫീസ് സമയം കഴിഞ്ഞതിനാൽ വേറെയാരും ഉണ്ടായിരുന്നില്ല. അപ്പോൾ ചെറുക്കൻ ഒന്നുകൂടി വിശദീകരിച്ചു.

"അഞ്ചരേടെ പാസഞ്ചറിന് പോയാ വർക്കലയിലിറങ്ങാമണ്ണാ. അവ്ടെ വെട്ടൂരു തന്നാ എന്റെ വീട്. സന്ധ്യയ്ക്കു മുമ്പേ അങ്ങെത്താലോ."

മുറിയിലേക്കവർ കയറിപ്പോയി. വാതിലടഞ്ഞത് സ്വാഭാവികമായി കരുതി. അതിനിടയിൽ ലോറി കൊണ്ടിടാൻ സെബാസ്റ്റ്യൻ വന്നു. അവനിൽനിന്ന് താക്കോൽ വാങ്ങി വെച്ച് ഒന്നുരണ്ടു വെടിവെട്ടം പറഞ്ഞുകഴിഞ്ഞപ്പോൾ നേരം പോയതറിഞ്ഞില്ല. അടഞ്ഞ വാതിലിൽ മുട്ടിയപ്പോൾ, അവരിറങ്ങി വന്നു. പെങ്കൊച്ച് കരയുന്നുണ്ടായിരുന്നു.

"തീരെ വയ്യേ മോളേ?"

അങ്ങനെ ചോദിച്ചതിന് കെട്ടഴിച്ചുവിട്ടതുപോലെ കരച്ചിൽ ചിതറി.

പെട്ടെന്നന്തിച്ചു പോയതിനാൽ ചിന്തകൾ നഷ്ടമായി. അവർ പോയി. വേറൊന്നും ആലോചിക്കാൻ നിന്നില്ല. എന്താലോചിക്കാൻ. പുതുമോടിമംഗലക്കാർ. അവർക്കിടയിലെ എന്തെങ്കിലും സൗന്ദര്യപ്പിണക്കം.

പക്ഷേ, അതല്ല എന്ന് രണ്ടുനാൾ കഴിഞ്ഞ് അവനേയുംകൊണ്ട് പൊലീസ് വണ്ടി വന്നപ്പോൾ മനസ്സിലായി. പൊടിക്കൊച്ചിനെ കൊണ്ടുനടന്ന് പീഡിപ്പിച്ച വഴികളിലൂടെയെല്ലാം പൊലീസ് വണ്ടി പാഞ്ഞുവരികയായിരുന്നു. അങ്ങനെയാണ് ദിവാകരൻ മുതലാളിയുടെ തേങ്ങാപ്പുരയിലുമെത്തിയത്. അവൻ ചൂണ്ടി.

"ആ റൂമിൽ വെച്ചാ. ഇങ്ങേരുമുണ്ടായിരുന്ന്.

അബോധത്തിലെന്നോണം പൊലീസ്‌വണ്ടിയിൽ ചെറുക്കനുമൊത്ത് കയറി. ആദ്യം കോടതിയിൽ. നിരപരാധിത്വം കരച്ചിലായി തുളുമ്പിയിട്ടും നിയമത്തിന്റെ ഒരു ചങ്കും അലിഞ്ഞില്ല. ജയിൽ. ഇരുട്ട്. നീണ്ട എട്ടുവർഷങ്ങൾ. എല്ലാം നഷ്ടപ്പെട്ട എട്ടു വർഷങ്ങൾ...

കടൽ ഓടിവന്ന് കാലുകളെ തൊട്ടു. ഇപ്പോൾ കടലിനും കൊച്ചമ്മിണിയുടെ മണം. കൊച്ചമ്മിണിയുടെയോ? എങ്ങനെ തിരിച്ചറിയാനാണ്? വർഷങ്ങളെത്ര കഴിഞ്ഞു. നാടു മറന്നു. നാട്ടുകാരെ മറന്നു. ഇതു വേറൊരു നാട്. വേറെ ജനങ്ങൾ വേറെ വഴികൾ. ഇവിടെ വീടും വീട്ടുകാരുമില്ല. സുഖം. തെങ്ങുകൾ മാത്രം മറന്നില്ല. ഇഷ്ടം പോലെ കായ്കൾ പൊഴിച്ചുതന്നു. പുറമേയ്ക്കു പരുക്കനെങ്കിലും ഉള്ളിൽ സ്നേഹജലം. തേങ്ങകൾ കൂട്ടുകാരായി. തെങ്ങുകൾ വീട്ടുകാരായി.

ചാക്കുകെട്ടെടുത്തു ചുമലിലേറ്റി. കടലേ വിട. കാറ്റേ വിട. എതിരേ അസ്സെസ്സനാർ സായിപ്പിന്റെ ചുവന്ന ജീപ്പ് പാഞ്ഞുവന്നാലെന്തു ചെയ്യും? സായിപ്പ് ചാടിയിറങ്ങി കള്ള നായിന്റെ മോനേ, സുവറേ, എന്നു വിളിച്ചാലെന്തു ചെയ്യും? പിറകേ പൊലീസു വന്നാലെന്തു ചെയ്യും? പേടിയുണ്ടെപ്പോഴും. പമ്മിപ്പമ്മി നടന്നു.

രാത്രി. സ്ഥിരം താവളമായ വായനശാലാവളപ്പ്, വായനശാലയിലെ പൊടിപിടിച്ച വരാന്ത. മൊബൈൽ വിപ്ലവത്തോടെ വായനക്കാരില്ലാതായതിനാൽ, പകൽ പാർട്ടി ഓഫീസായ വായനശാല. രാത്രി അഗതികൾക്ക് അഭയകേന്ദ്രം. പതിയെ ചാക്ക് തുറന്നു. കുടഞ്ഞിട്ടു. എണ്ണി. പതിനാറെണ്ണമുണ്ട്. വരാന്തയിൽ കമ്പിപ്പാരയുണ്ട്. എടുത്തുകൊണ്ടുവന്ന് പ്രതിഷ്ഠിച്ച് ഓരോന്നായി കീറി. തൊണ്ടടർത്തി. കാലത്തുതന്നെ മൊയ്തീൻക്കയുടെ പീടികയിലെത്തിക്കണം. വിശപ്പിനുള്ള വില വാങ്ങണം.

ആകാശത്തു ചന്ദ്രൻ... വായനശാലാവളപ്പിലെ തെങ്ങിൻതല പ്പുകൾക്കിടയിലൂടെ ചില കുഞ്ഞുനക്ഷത്രങ്ങളുമിളകുന്നു.

പെട്ടെന്നൊരു നനുത്ത ചിന്ത വന്ന് വീർപ്പുമുട്ടി. എന്തിനി തേങ്ങ മുഴുവനായും മൊയ്തീൻക്കയ്ക്ക് കൊടുക്കണം? ഒരെണ്ണം സ്വന്ത മാക്കിക്കൂടെ? ആ ചിന്ത ഹൃദയത്തിലേക്ക് ആവേശമായി പടർന്നു.

തൊണ്ടുരിച്ചു കൂട്ടിയ തേങ്ങകളിൽ മുഴുത്ത ഒരെണ്ണമെടുത്ത് കുലുക്കി നോക്കി. ഉം... നന്നായി കുലുങ്ങുന്നുണ്ട്. കത്തിയെടുത്ത് പതിയെ ഒരു വെട്ടുവെട്ടി. മുറിപ്പാട് പതിയെ വിടർത്തി. എന്നിട്ട് ചുണ്ടോടുചേർത്ത് തലയുയർത്തി. മധുരജലം ചുണ്ടിലൂടെ ഊർ ന്നിറങ്ങി. നല്ല രസം. തെങ്ങോലത്തലപ്പുകൾക്കിടയിലൂടെ ചന്ദ്രൻ പുഞ്ചിരിച്ചു നിന്നു. ■

അനന്തരം കടൽക്കുരിശിൽ കാറ്റ് ചിതറി

അങ്ങനെയുള്ള മ്ലേച്ഛത നിങ്ങളുടെ ഇടയിൽ നടന്നു എന്ന കാര്യം വാസ്തവവും നിശ്ചയവും എങ്കിൽ നീ ആ പട്ടണത്തിലെ നിവാസികളെ വാളിന്റെ വായ്ത്തലയാൽ കൊന്നു അതും അതിലുള്ളതു ഒക്കെയും അതിലെ മൃഗങ്ങളേയും വാളിന്റെ വായ്ത്തലയാൽ ശപഥമർപ്പിതമായി സംഹരിക്കേണം.

ആവർത്തനപുസ്തകം : 13:14-15

ശരത്കാലസന്ധ്യപോലെയായിരുന്നു രൂത്ത്. സിൽവിയ സങ്കൽപ്പിച്ചു. ചിലപ്പോൾ വ്രീളം. വിവശം. മറ്റു ചിലപ്പോൾ ചുവപ്പിൽ ജ്വലിച്ച്, ഉള്ളിലെ തീക്കനൽ കടലിലാഴും മുമ്പുള്ള രക്തത്തിളക്കം. അങ്ങനെയാണ് അലക്സ് പറഞ്ഞിട്ടുള്ളത്. അവന് രൂത്തിനെ അറിയാം. അവന്റെ മാർഗരീത്തക്കുഞ്ഞമ്മയുടെ പുന്നാരമോൾ...

സിൽവിയ കാറോടിക്കുകയായിരുന്നു. കടലിനുനേർക്ക്. കടൽക്കരയിലൂടെ വീണ്ടും തെക്കോട്ടുള്ള വഴിയിറങ്ങണമായിരുന്നു അവൾക്ക്. സാന്ധ്യാകാശത്തിനു കീഴെ, മീൻവള്ളങ്ങളിലാകെ മിന്നാമിനുങ്ങുകൾ ജ്വലിച്ചു തുടങ്ങി.

ഉച്ചയോടെയായിരുന്നു ടെലിവിഷൻ സ്ക്രീനുകളിൽ ആ വാർത്ത പാഞ്ഞുപോയിക്കൊണ്ടിരുന്നത്... ചുമ്മാ ബൈബിൾ പകുത്തു തുറന്ന് വരികൾ വായിച്ച് സോഫയിൽ ചാരിക്കിടക്കയായിരുന്നു. കണ്ണുകൾക്കു മേലായിരുന്നു അപ്പോൾ യരുശലേം നഗരവും മാലാഖമാരും ചെകുത്താന്റെ എത്തിനോട്ടവുമൊക്കെ... ടെലിവിഷനിലെ വസൂരിക്കലയുള്ള ഡോക്ടർ, മുന്നിലിരിക്കുന്ന ചോപ്പുസാരിക്കാരിയുടെ സംശയങ്ങൾക്കും ഏതെല്ലാമോ നഗരകാന്താരങ്ങളിൽ നിന്നുള്ള അസംഖ്യം ചോദ്യങ്ങൾക്കും വികടച്ചിരിയോടെ

മറുപടി പറഞ്ഞ് മടുത്ത് ഇറങ്ങിപ്പോയിരുന്നു. അതൊന്നുമറിയാതെ സിൽവിയ അലക്സിനോടൊപ്പം ഒരു യാത്രയിലായിരുന്നു. വലിയ ശബ്ദത്തോടെ ആഫ്റ്റർനൂൺ ബ്രേക്കിംഗ് ന്യൂസിന്റെ ലോഗോയും ഭീകരമായ മ്യൂസിക്കും ഹാളിൽ നിറഞ്ഞപ്പോൾ അവൾ കണ്ണുകൾ തുറന്നു. ബൈബിൾ മാറ്റി. നല്ല ശമരിയക്കാരും ചെകുത്താനും മാലാഖമാരും മിന്നിമറഞ്ഞു. കൺമുന്നിൽ ടെലിവിഷൻ സ്ക്രീനിൽ, രൂത്തിന്റെ വിലാപം നിറഞ്ഞു. മുഖമില്ലാത്തവളായി, കുഞ്ഞുരൂത്ത് കരയുകയായിരുന്നു; ശീവാന്തി കടപ്പുറത്ത് നടന്ന ക്രൂരമായ കൂട്ട ബലാത്സംഗത്തിന്റെ വർണ്ണനകൾ, മഞ്ഞച്ചുരിദാറിട്ട പെൺകുട്ടി സാകൂതം, സാനന്ദം അവതരിപ്പിച്ചുകൊണ്ടിരുന്നു...

കാർ ഇപ്പോൾ കടലിനു സമാന്തരമായാണ് നീങ്ങിക്കൊണ്ടിരിക്കുന്നത്. സിൽവിയ നേർത്ത പാതയിലൂടെ, കരിങ്കൽക്കെട്ടുകൾക്കപ്പുറം തിരച്ചാർത്തിന്റെ പാറ്റൽജലകണങ്ങളിൽ നനഞ്ഞ് കാറോടിച്ചു... കടൽക്കാറ്റ്, തുറന്നിട്ട ജാലകത്തിലൂടെ കടന്നുവന്ന് അവളുടെ ചെമ്പൻമുടിയിഴകളെ പറപ്പിച്ചുകൊണ്ടിരുന്നു...

കടപ്പുറത്തിന്റെ ഓമനയായിരുന്നു രൂത്ത്. പത്തുവയസ്സ് ക്രിസ്തുമസ് തലേന്നാളാണ് അവൾ ആഘോഷിച്ചതെന്ന്, കുറേമുമ്പ് ടെലിവിഷൻ സ്ക്രീനിലിരുന്ന്, കണ്ണീർ നനവോടെ വാർത്താവായനക്കാരി പറഞ്ഞതുതന്നെ സിൽവിയയുടെ മനസ്സിൽ അലയടിച്ചു. കടലിന്റെ മകൾ രൂത്ത്. കടപ്പുറത്തിന്റെ ഓമനമുത്ത്. കടലിന്റെ അഭിമുഖമായ ഓലക്കൂരയിൽ അവളുടെ അമ്മ മാർഗരീത്ത ദീനക്കിടക്കയിൽ... പപ്പ സ്റ്റീവൻസൻ കടലിലേക്കു വലയുമായിപ്പോയി തിരിച്ചെത്തിയിരുന്നില്ല. കടൽത്തിരകൾ വന്നുനനച്ച പുഴിപ്പരപ്പിൽ ഓടിക്കളിക്കുന്ന മഞ്ഞയും ഓറഞ്ചും നിറമുള്ള ഞണ്ടുകൾക്കൊപ്പമായിരുന്നു അവൾ...

ഞണ്ടുകൾ ചുറ്റിലും ഓടിനടന്ന് അവളെ കളിപ്പിച്ചുകൊണ്ടിരുന്നു. ഓരോന്നിനും ഓരോ പേര് അവൾ കൊടുത്തിരുന്നു. ചെമ്മൻ, ചിരുകണ്ടൻ, തോമാച്ചൻ, പുള്ളിത്തടൻ, ആനിക്കുട്ടി... ആനിക്കുട്ടി ഞണ്ട് ഇത്തിരി നാണം കുണുങ്ങിയായിരുന്നു; രൂത്തിനെപ്പോലെ... അതിനാൽ അവരിരുവരുമായിരുന്നു വലിയ കൂട്ട്.

കടലിൽ നിന്ന് തോണികൾ കരയിലേക്കു വന്നുകൊണ്ടിരുന്നു. പതിനൊന്നു മണിയുടെ വെയിൽത്തിളക്കം കടലലകൾക്കുമേൽ... കരയിൽ കോള് കാത്ത് ആത്മോൽക്കർഷവുമായി മീൻകാരികളും കങ്കാണികളും... വലിയ വടങ്ങളിൽ വലിച്ചുവലിച്ച് കരയിലേക്കടുപ്പിക്കപ്പെടുന്ന വള്ളങ്ങളിൽ, തലേന്ന് കൊളുത്തിയ പെട്രോമാക്സിന്റെ ദീനപ്രകാശം പൊട്ടിയുണർന്നുകൊണ്ടിരുന്നു.

സ്റ്റീവൻസന്റെ വള്ളം അന്ന് മുൻനിരയിൽത്തന്നെയുണ്ട്. രൂത്ത് ദൂരെ നിന്നുതന്നെ അത് കണ്ടു. പപ്പയുടെ മുഖത്തെ സ്നേഹ പ്രകാശം കണ്ടു. അവൾ ആനിക്കുട്ടിയോടു പറഞ്ഞു, "അതാ, പപ്പ വരുന്നു. വാ വേഗം താഴേക്കു പോകാം."

മണൽത്തിട്ട ചാടിയിറങ്ങി രൂത്ത് കടലിനു നേർക്കോടി. ആനിക്കുട്ടി ഞണ്ട് പിൻതുടരുന്നു. കടലലകൾ അവരെ തഴുകുമ്പോഴേക്കും കരയിലേക്കു വള്ളങ്ങൾ വന്നെത്തുകയാണ്. സ്റ്റീവൻസൻ രൂത്തിനു നേർക്ക് കൈവിശിക്കാണിച്ചു. പുഞ്ചിരിയാൽ കടൽക്കാറ്റ് നിറഞ്ഞു വിശി.

പിറ്റേന്ന് നല്ല മഴ പെയ്തു. അതിനു പിറ്റേന്നും കടൽ ക്ഷോഭിച്ചു.

രണ്ടുനാൾ കൂടി കടലിൽ പോകരുതെന്ന് റേഡിയോ മുന്നറിയിപ്പു നൽകിക്കൊണ്ടിരുന്നു. "ഇങ്ങനെ എത്ര ദിവസമെന്നു കരുതിയാ വെറുതെയിരിക്കുന്നേ?" സ്റ്റീവൻസൻ ചുമ്മാ ചൊറി കുത്തിയിരിക്കുന്ന ചായക്കട സംഘത്തോടു പിറുപിറുത്തു. "ഞാൻ വള്ളമിറക്കാൻ പോകയാ... കൂടുന്നോർക്ക് കൂടാം..."

"സ്റ്റീവാ, ആപത്താ നീ കാണിക്കുന്നേ." ഫാദർ ഫെർണാണ്ടസ് കുരിശു വരച്ചു. "രണ്ട് നാളുകൂടി ക്ഷമിക്ക്."

അപ്പോ. സ്റ്റീവൻസൻ ഒരു കടൽച്ചിരി ചിരിച്ചു. "അച്ചനറിയാലോ ഈ കാറ്റും കോളും പിശറുമൊക്കെ വലക്കാർക്ക് പറഞ്ഞിട്ടൊള്ളതാ. പേടിച്ച് കരയിലിരുന്നാലേ, കടലമ്മ ഒരിക്കലും കനിയത്തില്ല."

ധീരന്മാരായ അഞ്ചാറുപേർ കൂടി സ്റ്റീവൻസനോടൊപ്പം ചേർന്നപ്പോൾ അതൊരു ചെറുസംഘമായി... അവരുടെ തോണികൾ കടലിലേക്കിറങ്ങി. പള്ളിമേടയിൽ പ്രാർത്ഥനകൾ മുറുകി. കൂരയിൽ മെഴുകുതിരി കത്തിച്ച് മാർഗരീത്ത ഭർത്താവിനും സംഘത്തിനും വേണ്ടി പ്രാർത്ഥിച്ചു. രൂത്ത് പിറകെ നിന്നു.

അന്ന്, മഴ ചാറി നിന്ന ഉച്ചപ്പരപ്പിൽ അവൾ ആനിക്കുട്ടിഞണ്ടിനെ തിരഞ്ഞ് കടൽക്കരയിലേക്കു പോയി. പക്ഷേ ആനിക്കുട്ടിയെ കണ്ടില്ല. മണൽക്കുഴികളാകെ പരതി. കണ്ടില്ല. വീശിവന്ന കടൽത്തിരകളിൽ പരതി. കണ്ടില്ല.

അവൾക്ക് വലിയ നിരാശ തോന്നി. എവിടെ പോയിക്കിടക്കുകയാണ് നീ എന്റെ ആനിക്കുട്ടീ? മറ്റുള്ളവരോട് ചോദിക്കാമെന്നു വെച്ചാൽ, അവരും കുഴികളുടെ ആഴങ്ങളിലേക്ക് തലയാഴ്ത്തി പാഞ്ഞുപോയി.

മഴ ചാറിക്കൊണ്ടിരുന്നു.

"രൂത്ത്" - അവർ മാടിവിളിച്ചു.

അവർ നാലുപേരുണ്ടായിരുന്നു.

"രൂത്ത്" - അവർ വീണ്ടും വിളിച്ചു.

"വാ, ഒരത്ഭുതം കാട്ടിത്തരാം." പുണ്യാളന്റെ മുഖമുള്ള ഗീവർ ഗീസ് കഞ്ചാവുധ്യാനത്തിൽ താടിയുഴിഞ്ഞ് ചിരിച്ചു. അയാൾക്കു പിറകെ ചാരായച്ചിരിയുമായി സെബാനും അബ്രഹാമും കുരുവി ളയും...

സിൽവിയ അറിവുകളിൽ പിടഞ്ഞു...

പള്ളിമേടയ്ക്കു മുന്നിൽ കാർ നിന്നു. കടലിൽ രാത്രി പടർന്നു കിടന്നു. ഓളങ്ങളിൽ ആകാശച്ചന്ദ്രൻ മിന്നിവിറച്ചു...

സിൽവിയയുടെ മൊബൈലിൽ അലക്സിന്റെ സന്ദേശം ഇങ്ങനെ തെളിഞ്ഞു കാണപ്പെട്ടു: കടലലകൾ തിരികെക്കൊടുത്ത അനാഥശവമായി രൂത്ത് ഇത്രയുംനേരം അൾത്താരയ്ക്കു മുന്നിൽ കിടന്നു... ആ മരപ്പെട്ടിയിൽ അപ്പോഴും കടൽക്കാറ്റ് കുരുങ്ങിനിൽ പ്പുണ്ടായിരുന്നു. ഫാദർ പൗലോയുടെ ചരമപ്രസംഗം കഴിവോളം അവൾ അനങ്ങാതെ കിടന്നു. കൂട്ടം കൂടി നിന്നവർ കണ്ണീർ തുടച്ച്, സുസ്മേരവദനരായി അവരവരുടെ വഴിക്കു വേർപിരിഞ്ഞു, ഇതാ ഈ പള്ളിമേടയിൽ അവർ നാൽവരും, വീണ്ടുമൊരു കുപ്പി ചാരായ ത്തിൽ, അനുഭവിച്ച പകൽസുഖം നൊട്ടിനുണയുന്നു...

സിൽവിയ മൊബൈലിൽ അലക്സിനെത്തേടി. അവൻ ചോദിച്ചു: "എത്തിയോ?"

"എത്തി." കാറിൽ നിന്നിറങ്ങുമ്പോൾ, അവൾ ഫുൾലോഡഡ് റിവോൾവറെടുത്ത് ജീൻസിന്റെ പോക്കറ്റിൽ തിരുകി; ഇപ്പോൾ സെന്റ് ആന്റണീസ് ചർച്ചിനുമുന്നിലെ മണൽപ്പരപ്പിൽ...

നേരെ കാണുന്നതാണ് പള്ളിമേട. അലക്സ് പറഞ്ഞു. സിൽ വിയയ്ക്കു മുന്നിൽ പള്ളിമുറ്റം. ആകാശത്തേക്ക് ഉയർന്നു നിൽ ക്കുന്ന ക്രൂശിതരൂപം. കൈകൾ വിടർത്തി, മുൾക്കിരീടമണിഞ്ഞ തല ചെരിച്ച്...

"അവർ നാലുമുണ്ട്... പള്ളിമേടയ്ക്കു പിറകിലെ അവരുടെ ഇരുൾ സങ്കേതത്തിൽ."

അലക്സിന്റെ ശബ്ദം കടൽക്കാറ്റിൽ ചിലമ്പി. "നമ്മൾ ഇത്ര നാളും ആർക്കൊക്കെയോ വേണ്ടി ചെയ്ത കൊലപാതകങ്ങളൊക്കെ

മറന്നേക്കുക. ഇതാണ് നീതിയുടെ മുന്നിൽ ശരി... ഇതുമാത്രമാണ് ശരി..."

സിൽവിയ പതിയെ മുന്നോട്ട് ചുവടുകൾ വെച്ചു. ഇടതുകൈ ജീൻസിന്റെ പോക്കറ്റിലെ റിവോൾവറിൽ തിരുപ്പിടിപ്പിച്ചു. സാധാരണ ചെയ്യാറുള്ളതുപോലെ അവൾ മുഖംമൂടി ധരിച്ചില്ല. കടൽക്കാറ്റ് അവളെ പൊതിഞ്ഞുനിന്നു. കാറ്റിനൊപ്പം അവൾ പള്ളിമേടയിലേക്കു നടന്നു.

■

അരുൺകുമാർ എന്ന അതിഥി

പരുത്തിയറ സോമേശ്വരാ ആയുർവേദ കോളേജ് കാമ്പസ്സിന്റെ വടക്കേയറ്റത്ത് മൂവാണ്ടൻമാവുകളും പുളിമരങ്ങളും കുടപിടിച്ചു നിൽക്കുന്ന വഴിത്താരയിലൂടെ ഹോസ്റ്റലിനു നേർക്കു നടക്കുമ്പോഴാണ് സകലേശ്വരൻ എന്ന മൂന്നാം വർഷവിദ്യാർത്ഥി ഒരു ഇലയനക്കം ശ്രദ്ധിച്ചത്. അവൻ മുകളിലേക്കു നോക്കി. പുളിമരത്തിൽ നിന്ന് തൊട്ടടുത്ത മാവിൻക്കൊമ്പിലേക്ക് ചാടിയിറങ്ങി സാമാന്യം വലിപ്പമുള്ള ആ വാനരൻ സകലേശ്വരനോട് പുഞ്ചിരിച്ചു...

"അയ്യോ, കുരങ്ങൻ." സകലേശ്വരൻ ജീവിതത്തിലാദ്യമായി കാണുന്ന കാഴ്ചപോലെ അത്ഭുതപരതന്ത്രനായി അലറിവിളിച്ചു. വഴിത്താരയിൽ വേറെയാരുമുണ്ടായിരുന്നില്ല. ഉച്ചയ്ക്ക് കാന്റീനിൽ ചപ്പാത്തിക്കൊപ്പം കഴിച്ച മസാലക്കറി വയറ്റിൽ ചില ഉരുൾപ്പൊട്ടലുകളുണ്ടാക്കിയതിനാൽ അവസാന പിരീഡ് കട്ട് ചെയ്ത് ഹോസ്റ്റലിനു നേർക്കു തിടുക്കത്തിൽ നീങ്ങുകയായിരുന്നു സകലേശ്വരൻ...

പരുത്തിയറ എന്ന തികച്ചും ഗ്രാമീണമായ പ്രദേശത്തിനപ്പുറം ശാന്തമായ നീലിയാറും അതിനപ്പുറം ഇല്ലിമല എന്ന ഇരുൾ വനവുമായിരുന്നു. എങ്കിലും ഒരു വാനരൻ നാട്ടിലേക്ക് വഴി തെറ്റി വരുന്നത് ആദ്യമായായിരുന്നു. ഇല്ലിമലയിൽ മുള മുറിക്കാൻ പോയ അന്ത്രോസ്, അഭിജിത്ത് എന്നീ ചങ്ങാതിമാരുടെ ചങ്ങാടത്തിൽ അവരറിയാതെ മുളങ്കമ്പുകൾക്ക് മറപറ്റി നാടുകാണാനിറങ്ങിയതായിരുന്നു അവൻ. പുഴയോരത്തു വന്ന് എന്നും അക്കരെയുള്ള സുന്ദരമായ ഗ്രാമം കാണും. അവിടെയെന്താവുമെന്നറിയാനുള്ള ആകാംക്ഷ വല്ലാതെ കലശലായി. പ്രിയതമയോടു മാത്രം കാര്യം പറഞ്ഞു. അവൾ എതിർത്തു. കലമ്പലു കൂട്ടി. കുട്ടിക്കുരങ്ങന്മാരും 'അച്ഛാ വേണ്ട, പോകല്ലേ' എന്നൊക്കെ ആവതും പറഞ്ഞുനോക്കി. പക്ഷേ മോഹം അത്രയ്ക്ക് കലശലായിരുന്നു. കാട് മടുത്തുതുടങ്ങിയിരുന്നു. വേറൊരു കാലത്തും ദേശത്തും ചെന്ന് ജീവിതം കൂടുതൽ

നന്നായി കരുപ്പിടിപ്പിക്കുവാനുള്ള മോഹം ഡാർവിന്റെ ഗവേഷ ണത്തിൽ തന്നെ വാനരകുലത്തിനുണ്ടായിരുന്നല്ലോ. അത് കാട്ടിലും പാട്ടാണ്... അങ്ങനെ കാത്തുകാത്തിരിക്കെയാണ് അന്ത്രോസിന്റെയും അഭിജിത്തിന്റെയും ചങ്ങാടം കരയ്ക്കണഞ്ഞത്.

അവർ മുളങ്കമ്പിനൊപ്പം വേറെയും ചില മരങ്ങൾ മുറിക്കുന്നതും നോക്കി കാത്തിരുന്നു. ഒടുവിൽ സന്ധ്യയായി. ഇരുട്ടിവെളുക്കും മുമ്പ് പരുത്തിയറ പിടിക്കണമെന്ന കണക്കുക്കൂട്ടലിൽ രാത്രിയുടെ മറവിൽ മുളയും മരവും നിറച്ച ചങ്ങാടം ചങ്ങാതിമാർ നീറ്റിലേ ക്കിറക്കവേ, അവരറിയാതെ പിന്നറ്റത്ത് ചാടിക്കയറി ഒതുങ്ങിയി രുന്നു. അങ്ങനെ ഏഴരപ്പുലരിയിൽ കരയ്ക്കണഞ്ഞു. ചാടിയിറങ്ങി ഒരു കുറ്റിക്കാടിന്റെ മറ പറ്റിയിരുന്നു. മരങ്ങളൊന്നും കാണാനുണ്ടാ യിരുന്നില്ല. എവിടെയും വലിയ കെട്ടിടങ്ങൾ മാത്രം. ടാറിട്ട റോഡി ലിറങ്ങി ചില കടമുറികൾ പിന്നിട്ടപ്പോഴാണ്, വലിയ മതിലിനകത്ത് നിറയെ മരങ്ങൾ കണ്ടത്. 'സോമേശ്വരാ ആയുർവ്വേദകോളേജ്, പരുത്തിയറ' എന്ന ബോർഡ് കണ്ടു. സമാധാനമായി. മതിലിൽ കയറി, ആദ്യം കൈനീട്ടിത്തന്ന മൂവാണ്ടൻമാവിൽതന്നെ ചാടി ക്കയറി. മാവിൽ പഴുത്ത മാമ്പഴം കണ്ട് മനംകുളിർത്തു. യാത്രാ ക്ഷീണം തീർക്കാൻ ഒന്നുരണ്ടെണ്ണം ചറപറാ കടിച്ചുകഴിച്ചു. പ്രിയ തമയെ ഓർമ്മ വന്നു. കുഞ്ഞുങ്ങളെ ഓർമ്മ വന്നു. എത്രയും പെട്ടെന്ന് അവരെയും കൂട്ടി വരണം. കാടിനപ്പുറം സ്വർഗ്ഗരാജ്യ മാണെന്ന് അവർ മനസ്സിലാക്കട്ടെ... അങ്ങനെ ഓരോന്നോർത്ത് ഉറങ്ങിപ്പോയി. ഉച്ചവെയിൽ വന്നു. പിന്നെ അതാറിത്തണുത്തു. വൈകുന്നേരമായി... മാവിൽ നിന്ന് താഴേക്കിറങ്ങാൻ തുടങ്ങുമ്പോ ഴാണ് വെള്ളക്കോട്ടിട്ട ചെറുപ്പക്കാരനെ കാണുന്നത്.

അലറി വിളിച്ച് ധൃതിയിൽ ഹോസ്റ്റലിനു നേരെ നീങ്ങുകയായി രുന്ന സകലേശ്വരനെ ആ വാനരൻ പിന്തുടർന്നു. തിരിഞ്ഞു നോക്കാതെ സകലേശ്വരൻ ഓടിക്കിതച്ച് മുറിയിലെത്തി വാതില ടച്ചു. കിടക്കയിൽ അപ്പോൾ ആശ്വാസപ്പുഞ്ചിരി ചിരിച്ച് റൂംമേറ്റ് രാമഭദ്രൻ ഉറക്കമുണർന്നു. രണ്ട് ദിവസമായി നീർവീക്കമായതിനാൽ അയാൾ കോളേജിൽ പോയിരുന്നില്ല.

"ഒരു കുരങ്ങൻ എന്റെ പിറകേ" എന്ന് പറഞ്ഞ്, ബാത്ത്റൂമി നകത്ത് കയറി സകലേശ്വരൻ വാതിലടച്ചു.

"കുരങ്ങനോ? എവിടെ?" രാമഭദ്രൻ ചുറ്റിലും കണ്ണോടിച്ചു. മുറി യുടെ പടിഞ്ഞാറേ ജനാലയ്ക്കൽ അപ്പോൾ ആളനക്കം കേട്ടു. വലിയൊരു കുരങ്ങച്ചനിരുന്ന് ചിരിക്കുന്നു. രാമഭദ്രന് കൗതുക മായി. ശരിക്കും ആൾക്കൂരങ്ങുതന്നെ. ഇത്രയും വലിപ്പമുള്ള ഒരു

വാനരനെ അയാൾ അതിനുമുമ്പ് കണ്ടിരുന്നില്ല. രാമഭ്രദൻ ജനാല യ്ക്കലേക്കു നീങ്ങി. വെറുതെ ഒന്ന് കൈനീട്ടി. വാനരനും കൈ നീട്ടി. അവർ ഷേക്ക്ഹാന്റ് ചെയ്തു. മേശപ്പുറത്തിരുന്ന ഒരു നേന്ത്ര പ്പഴമെടുത്ത് രാമഭദ്രൻ സൗഹൃദത്തോടെ നീട്ടി. കൈനീട്ടി വാങ്ങി തൊലിയുരിഞ്ഞ് വാനരൻ പഴം തിന്നുന്നതും നോക്കി നിന്നപ്പോൾ രാമഭദ്രൻ ചോദിച്ചു. "നീ ഇപ്പഴെവിടെന്നാ വരുന്നത്?"

മറുപടി പറയാതെ പഴം ആഹ്ലാദപൂർവ്വം തിന്നുന്നതിൽ മാത്രം ശ്രദ്ധിച്ചു വാനരൻ. രാമഭദ്രൻ ജനൽപ്പാളികൾ മുഴുവനായി തുറന്നു കൊണ്ട് ക്ഷണിച്ചു: "വാ, കയറി വാ."

വാനരൻ അകത്തു പ്രവേശിച്ചു.

"എന്താ നിന്റെ പേര്?"

അതിനും പ്രത്യേകിച്ച് മറുപടി ഒന്നും പറയാതെ മുറിയിലാകെ ചുറ്റിക്കറങ്ങി നടന്നു വാനരൻ. ചുവരിൽ ഒരാണിയിൽ ഒരു വെളുത്ത കോട്ട് തൂങ്ങിക്കിടപ്പുണ്ട്. ഡോ. അരുൺകുമാർ എന്ന സീനിയർ വിദ്യാർത്ഥിയുടേതായിരുന്നു അത്. സകലേശ്വരനും രാമഭ്രദനും ഈ മുറിയിലേക്കെത്തും മുമ്പ് ഇവിടത്തെ അന്തേവാസിയായിരുന്നു ഡോ. അരുൺകുമാർ. ഒരുനാൾ അത്ഭുതം പോലെ അപ്രത്യക്ഷ നായി. കോഴ്സ് പൂർത്തിയാക്കിയിരുന്നില്ല. കോളേജിലാകെ വിസ്മയ കഥാപാത്രമായിരുന്നു അരുൺ. പി.ജി. സ്റ്റുഡന്റായതിനാൽ ഒറ്റയ്ക്കൊരു മുറി അയാൾക്ക് അനുവദിച്ചുകിട്ടി. എന്നാൽ വൈകു ന്നേരം ക്ലാസ്സിൽ നിന്ന് മുറിയിലെത്തിയാൽ ഉടൻ വാതിലടയും. പിന്നീട് അയൽമുറികളിലുള്ളവർ കേൾക്കുക മന്ത്രോച്ചാരണങ്ങളും അട്ടഹാസങ്ങളുമൊക്കെയാണ്. വാതിൽപ്പഴുതിലൂടെ സാമ്പ്രാണി പ്പുകയും ചന്ദനത്തിരിഗന്ധവും ഇടകലർന്നു വരും. ദുരൂഹതയുടെ നാളുകൾക്ക് ശമനമുണ്ടാക്കിക്കൊണ്ട് ഒരുനാൾ പുലർച്ചെ ആ മുറി യുടെ വാതിൽ മലർക്കെ തുറന്നുകിടന്നു. രാവിലെ റൗണ്ട്സിനി റങ്ങിയ വാർഡൻ കേശവൻകുട്ടി നായർ തുറന്നു കിടന്ന വാതിലി ലൂടെ അകത്തുകയറി, അവിടം ശൂന്യമെന്നു കണ്ടു. നിലത്ത്, ചവുട്ടി മായ്ക്കുകയും ചിന്നിച്ചിതറുകയും ചെയ്ത ചില ഭദ്രകാളിക്കളങ്ങൾ മാത്രം... ഡോ. അരുൺകുമാറിന്റെ പെട്ടികളോ പുസ്തകങ്ങളോ അവിടെ കണ്ടില്ല. വടക്കേയറ്റത്തെ ചുവരിൽ ഒരാണിയിൽ അയാ ളുടെ വെള്ള കോട്ടും സ്റ്റെതസ്കോപ്പും തുങ്ങിക്കിടന്നു...

ഒരുനാൾ, രണ്ടുനാൾ. നാലുനാൾ. പത്തുനാൾ. നാളുകൾ പലതും നീണ്ടു. ഡോ. അരുൺകുമാർ വന്നില്ല. വീട്ടുകാരെ വിവരമറിയിച്ചിട്ടും ഫലമില്ലാതായി. 'അങ്ങനെയൊരു മകൻ ഞങ്ങൾക്കില്ല.' മാതാ പിതാക്കൾ കൈയൊഴിഞ്ഞു. "അവൻ കൂട്ടിച്ചാത്തന്റെ സന്തതി യാണ്, ഞങ്ങളുടേതല്ല."

ഒടുവിൽ കോളേജ് മാനേജ്മെന്റ് ഒരു തീരുമാനമെടുത്തു. ആ മുറി ഡോർമെറ്ററിയിൽ കഴിയുന്ന ജൂനിയർ കുട്ടികൾക്കു കൊടുക്കുക. അങ്ങനെയാണ് സകലേശ്വരൻ, രാമഭദ്രൻ എന്നീ മൂന്നാം വർഷ വിദ്യാർത്ഥികൾ ആ മുറിയിലെ അന്തേവാസികളായെത്തിയത്.

ആദ്യമൊക്കെ ഒരു ഭയമുണ്ടായിരുന്നെങ്കിലും പിന്നീട് പിന്നീട് ഡോ. അരുൺകുമാർ എന്ന സീനിയർ വിദ്യാർത്ഥി വിസ്മൃതിയിലേക്കു വീണുമറഞ്ഞു. പക്ഷേ, ഒരു ഓർമ്മത്തെറ്റുപോലെ ആ കോട്ടും സ്റ്റെതസ്കോപ്പും ചുവരിലെ ഇരുമ്പാണിയിൽ തൂങ്ങിക്കിടന്നു.

മുറിയിലേക്ക് സൗഹൃദപൂർവ്വം പ്രവേശിച്ച വാനരനെ, രാമഭ്രദൻ ഒരു കസേരയിലേക്കു ക്ഷണിച്ചു. പക്ഷേ വാനരൻ മുറിയിലാകെ സൂക്ഷ്മനിരീക്ഷണം നടത്തുകതന്നെ. അവന്റെ കണ്ണുകൾ ചുവരിലെ സ്റ്റെതസ്കോപ്പിലും വെളുത്ത ഓവർ കോട്ടിലുമായി. ഒറ്റച്ചാട്ടത്തിന് അവ കരസ്ഥമാക്കിയശേഷം പതുക്കെ കോട്ടണിഞ്ഞു. എന്നിട്ട സ്റ്റെതസ്കോപ്പെടുത്ത് കഴുത്തിൽ ഞാത്തി. കണ്ണാടിക്കു മുന്നിൽ ചെന്നുനിന്ന് എങ്ങനെയുണ്ട് എന്നു നോക്കി. ചുണ്ടിലൊരു പുഞ്ചിരി വിരിഞ്ഞു.

രാമഭദ്രൻ അത്രയ്ക്ക് പ്രതീക്ഷിച്ചില്ല. അയാൾ ഒന്നു പതറി. അപ്പോഴേക്കും ബാത്ത്റൂമിന്റെ വാതിൽ തുറന്ന് സകലേശ്വരൻ പുറത്തിറങ്ങി. അയാളും ആ കാഴ്ച കണ്ട്, കാൽ പിന്നോട്ടുവെച്ചു.

"എടാ എന്താടാ ഇതൊക്കെ?" സകലേശ്വരൻ രാമഭ്രദനോട് ഒച്ചവെച്ചു.

"എനിക്കെങ്ങനെ അറിയാനാ?" രാമഭദ്രന്റെ ശബ്ദം വിറച്ചു. "നീ അരുൺകുമാറിനെ ഇങ്ങോട്ടു കൂട്ടിക്കൊണ്ടുവന്നു. അയാളിപ്പോൾ സ്വന്തം കോട്ടും സ്റ്റെത്തും എടുത്തണിഞ്ഞു. ഞാനെന്തു ചെയ്യാനാ?"

"നിനക്ക് വട്ടാണ്." അങ്ങനെ പറഞ്ഞുകൊണ്ട്, ഭയചകിതനായി സകലേശ്വരൻ മുറിക്കു പുറത്തേക്കോടി. അപ്പോഴും കണ്ണാടി നോക്കി തന്റെ കോട്ടും സ്റ്റെതസ്കോപ്പും നേരെയാക്കി ആസ്വദിക്കുകയായിരുന്നു നമ്മുടെ അതിഥി.... അതിഥിയെന്നു പറയാമോ? അറിഞ്ഞുകൂടാ, അറിഞ്ഞുകൂടാ...

സകലേശ്വരനു പിറകേ, രാമഭദ്രനും മുറിക്കു പുറത്തേക്കു വന്നു. ഇപ്പോൾ മുറിയിൽ ഡോ. അരുൺകുമാർ എന്ന നെയിംപ്ലേറ്റ് കോട്ടിനു മുകളിൽ ശരിയായി ഉറപ്പിച്ചുകൊണ്ട് അതിഥി മാത്രം. ഒരു നേർത്ത പുഞ്ചിരിയോടെ ഡോ. അരുൺകുമാർ എന്ന നെയിം

പ്ലേറ്റുള്ള കോട്ടിട്ടയാൾ പുറത്തേക്കു നടന്നു. ഇടനാഴിയിൽ അത്ഭുതവും ഭീതിയും നിറഞ്ഞ കണ്ണുകളോടെ, പാത്തും പതുങ്ങിയും കുട്ടിഡോക്ടർമാർ കാഴ്ച കണ്ടുനിന്നു.

ഇടനാഴി കടന്ന് പടിക്കെട്ടുകളിറങ്ങി ഹോസ്റ്റൽ മുറ്റത്തെത്തിയ ഡോ. അരുൺകുമാർ, ആദ്യം കണ്ട പുളിമരത്തിൽ പിടിച്ചുകയറി. ചില്ലകൾക്കിടയിൽ മറഞ്ഞു.

പടിഞ്ഞാറൻ ആകാശം സാക്ഷി നിന്നു.

■

കോത്തായി മുക്ക്

ഭീതിദമായ ഇരുൾവനങ്ങളിലൂടെ കള്ളൻ കോത്തായി പമ്മിപ്പമ്മി പുറത്തേക്കു നടന്നു. പുലരുന്നതിനു മുമ്പുള്ള ഇരുട്ടിനെ ഇരുൾ വനങ്ങൾ എന്ന് സങ്കല്പിച്ച് ആഹ്ലാദിക്കുകയാണ് കോത്തായിയുടെ രീതി. തനിക്കു മാത്രമേയുള്ളൂ ആഹ്ലാദം. മറ്റുള്ളവർക്ക് ഇത് ഭയപ്പെടുത്തുന്ന ഇരുട്ടാണ്. പ്രപഞ്ചം ഉറങ്ങിക്കിടക്കുന്ന നേരം. ചീവീടുകളും താനും മാത്രമേ ഉണർന്നിരിപ്പുള്ളൂ... ഇന്നത്തെ ഇരുൾവനം രവിവർമ്മരാജയുടെ രമ്യസൗധത്തിന്റെ തിരുമുറ്റമാണ്. കാവൽക്കാർ പോലും നല്ല ഉറക്കത്തിൽ. തമ്പുരാനും ധർമപത്നിയും സന്താനങ്ങളും താന്താങ്ങളുടെ മുറികളിൽ മയങ്ങിക്കിടന്നു. ഇടി വെട്ടിയാൽപ്പോലും ആരും ഉണരുകയില്ല. പ്രത്യേകം താൻ തയ്യാറാക്കിയ ഒരു പച്ചിലക്കൂട്ടിന്റെ ഗന്ധമാണ് അവരുടെ നാസാരന്ധ്രങ്ങളിലും ശ്വസനനാളികളിലും ഇപ്പോൾ. സൂര്യഭഗവാൻ എഴുന്നെള്ളിക്കഴിഞ്ഞേ ഇനി അവരുണരുകയുള്ളൂ. കയ്യിലെ ചാക്കുകെട്ടുകൾ രണ്ടും കുള്ളൻ കോത്തായി കിലുകിലാ കിലുക്കി. നന്നായി കിലുങ്ങുന്നുണ്ട്. കുലുങ്ങുന്നുണ്ട്. ഇന്നത്തെ കോളു കനത്തതുതന്നെ. അപാരം. കോത്തായി ആഹ്ലാദചിത്തനായി ഇരുൾവനങ്ങൾ താണ്ടി നിരത്തിലെത്തി.

നിരത്തിൽ വിളക്കുകാലിനു കീഴെ അയാളുടെ പഴഞ്ചൻ റാലി സൈക്കിൾ കാത്തിരിപ്പുണ്ടായിരുന്നു. പഴഞ്ചനാണെങ്കിലും അവരിരുവരും തമ്മിൽ നല്ല കൂട്ടായിരുന്നു. കോത്തായിയുടെ വൻകിട അപഹരണങ്ങളിലെ വിശ്വസ്തനായ അംഗരക്ഷകനാണ് എന്നും ആ സൈക്കിൾ. രണ്ട് നിറചാക്കുകളും ഹാന്റിലിന്റെ ഓരോ ഭാഗത്തും തുക്കിയിട്ട് ബാലൻസ് ചെയ്ത് കോത്തായി സൈക്കിളിൽ ചാടിക്കയറി. അയാളുടെ ചുണ്ടിൽ ഇപ്പോൾ ഒരു മൂളിപ്പാട്ടുണ്ട്. കൂരയിൽ കെട്ട്യോളും കുഞ്ഞുങ്ങളും സുഖസുഷ്പ്തിയിലാവും. അവരുണരും മുമ്പ് ഈ പണ്ടങ്ങളാകെ നിലവറയ്ക്കകത്തെത്തിക്കണം. തമ്പുരാന്റെ ആമാടപ്പെട്ടി തുറന്ന് തിടുക്കത്തിലെടുക്കുമ്പോൾ

ഒരെണ്ണം സവിശേഷമായി തോന്നിയിരുന്നു. നല്ല വലുപ്പമുള്ള ഒരു കാശ്മാല. അത് ജാനുവിന്റെ കഴുത്തിന് നന്നായി ചേരും. 'ഒരുപാടു കാലമായില്ലേ ഈ രാത്രികാവൽ തുടങ്ങിയിട്ട്. നിങ്ങളെനിക്കൊരു പൊന്നിൻതരി പോലും ഇതുവരെ വാങ്ങിത്തന്നില്ലെന്ന്' എന്നും അവൾ ആവലാതി പറയും. കെട്ട്യോന് വല്ല്യ വല്ല്യ വീടുകളിൽ രാത്രിയിലെ കാവൽപണിയാണെന്നാണ് പാവം ധരിച്ചുവെച്ചിരിക്കുന്നത്. രാത്രികാവൽ. ഒരു തരത്തിലതും ശരിതന്നെയാണ്. രാത്രിയുടെ കാവൽക്കാരനും രാത്രിയിലെ കള്ളനും ഒക്കെ ഒന്നു തന്നെ. രാത്രിക്ക് എല്ലാം ഒരുപോലെ... കാത്തുകാത്തു നിന്നേ ഒരു നല്ല കള്ളന് അയാളുടെ പണി പൂർത്തിയാക്കാനാവൂ.

കോത്തായി സൈക്കിൾ ആഞ്ഞാഞ്ഞു ചവിട്ടി. പുലർവെട്ടം പരക്കുകയായി. വഴിയിൽ പത്രവുമായി പോകുന്ന പല പിള്ളേരും രാപ്പണി കഴിഞ്ഞ് വാടിത്തളർന്ന് മടങ്ങുന്ന പെണ്ണുങ്ങളും മാത്രം. ഒരു പൊലീസ് ജീപ്പ് പാഞ്ഞുപോയി. പക്ഷേ, കോത്തായിയുടെ സൈക്കിൾ ജീപ്പിന് പിടികൊടുക്കാതെ ഓരം ചേർന്നൊതുങ്ങി നീങ്ങി.

പച്ചപ്പാടത്തിനു നടുവിലൂടെ നീങ്ങുന്ന ചെമ്മൺനിരത്ത്. മൂന്നു ദേശങ്ങളിൽ നിന്ന് ആളുകൾ കാൽനടയായും ചെറുവാഹനങ്ങളിലും വന്നുചേരുന്ന ഒരു കവല. അവിടെയായിരുന്നു കോത്തായിയുടെ ചെറുകൂര. തെങ്ങോലകൊണ്ട് കെട്ടിമേഞ്ഞ, പനമ്പട്ട കൊണ്ട് ചുവരൊരുക്കിയ ആവാസത്തിനകത്ത് കോത്തായി തന്റെ ജാനുവിനും നാല് പൊടിക്കുഞ്ഞുങ്ങൾക്കുമൊപ്പം സസുഖം വാണു. അയാൾ അതിൽ സന്തോഷവാനാണ്. സന്തോഷമല്ലേ വലുത്, അല്ലാതെ വലിയ ബംഗ്ലാവല്ലല്ലോ. അയാൾ ചിന്തിച്ചു. വലിയ ബംഗ്ലാവിൽ കഴിയുന്ന രവിവർമ്മരാജയെത്തന്നെ നോക്കുക. തമ്പുരാനും ധർമ്മാദരങ്ങളും രണ്ട് മുറികളിലല്ലേ ഇന്ന് അന്തിയുറങ്ങുന്നതായി കണ്ടത്? കുഞ്ഞുങ്ങളോ, ഇല്ല താനും... പിന്നെ ജീവിതത്തിന് എന്ത് കാര്യം? എന്തർത്ഥം?

ഇവ്വിധം പല ചിന്തകളിലമർന്ന് കള്ളൻ കോത്തായി കൂരയുടെ മുമ്പിലെത്തി. കൂര ഉറക്കത്തിലാണ്. അയാൾ സൈക്കിൾ ഹാന്റിലിൽ നിന്ന് രണ്ട് ചാക്കുകെട്ടുകളും അഴിച്ചെടുത്തു. എന്നിട്ട് കൂരയുടെ പിന്നറ്റത്തേക്ക് നടന്നു. അവിടെ വലിയൊരു പുളിമരമുണ്ടായിരുന്നു. അതിനു കീഴെ, മണ്ണ് കൈ കൊണ്ട് മാന്തിക്കളഞ്ഞപ്പോൾ നിരപ്പലകകൾ കാണായി. കോത്തായി പലക വാതിൽ തുറന്നു. വെളിച്ചം കുറഞ്ഞ ആ പുലരിയിലും അകത്ത് സ്വർണ്ണത്തിളക്കം കണ്ണിൽ തട്ടി. അയാൾ ചാക്കുകെട്ടുകളഴിച്ച്, സവിശേഷമായ ആ കാശുമാല മാത്രം കയ്യിലെടുത്ത്, ബാക്കിയെല്ലാം മരയറയിലേക്കു

ചൊരിഞ്ഞു. ഝിൽ ഝിലാരവം മുഴങ്ങി. പണ്ടങ്ങൾ ചേർന്നു ചിരിക്കുന്നതായി കോത്തായിക്കു തോന്നി. അയാളും ചിരിയിൽ പങ്കുചേർന്നു. അയാൾ മരവാതിലടച്ചു. മണ്ണും കരിയിലയും വാരിയിട്ടു. ഇപ്പോൾ ആ പുളിമരച്ചുവട്ടിൽ അങ്ങനെയൊരു അറയില്ല. ഉള്ളത് മണ്ണും ഇലകളും മാത്രം. കാശുമാലയുമെടുത്ത് അയാൾ മുൻവശത്തേക്കു നടന്നു.

കൂരയുടെ വാതിൽ തുറന്ന് അകത്തെത്തി. ജാനു ശബ്ദം കേട്ട് കണ്ണുതുറന്നു. "നിങ്ങള് നേരത്തേ വന്നോ? ഇന്ന് പകരക്കാരൻ കാവലിന് നേരത്തേ വന്നോ?"

"വന്നു." അങ്ങനെ പറഞ്ഞുകേൾപ്പിച്ച്, ഒട്ടൊരു നാടകീയ നീക്കത്തോടെ കോത്തായി ഒരു പഞ്ചാരച്ചിരി ചിരിച്ച് ആ വലിയ കാശുമാല ജാനുവിന്റെ കഴുത്തിലണിയിച്ചു, ജാനു അന്ധാളിച്ചു പോയി. ചരടിൽ കോർത്ത ഒരു താലിമാല മാത്രമായിരുന്നു ഇതേവരെ കഴുത്തിൽ. കാശുമാലയുടെ സുവർണ്ണകാന്തി ജാനുവിന്റെ കണ്ണുകളിൽ തിളങ്ങുന്നതും നോക്കി ഏറെ നേരം അങ്ങനെ നിന്നു കോത്തായി.

"എനിക്കുറക്കം വരുന്നു." കോത്തായി കയറ്റുകട്ടിലിലേക്കും ജാനു വടക്കിനി ഭാഗത്തേക്കും നീങ്ങി. ഉച്ചയായി. രാത്രിയായി. കള്ളൻ കോത്തായി ജാനു വിളമ്പിയ ചൂടുള്ള അത്താഴക്കഞ്ഞി കുടിച്ച് ഉഷാറായി. കൈലിമുണ്ട് മാറി വേറൊന്നുടുത്തു, തലേക്കെട്ട് കെട്ടി. ചാക്കുകളെടുത്തു മടക്കി സൈക്കിളിന്റെ പിൻസീറ്റിൽ കെട്ടിവെച്ചു.

രാത്രിയേറെ ഇരുണ്ടപ്പോൾ, സദാശിവക്കുറുപ്പ് എന്ന റിട്ടയേർഡ് തഹസിൽദാറുടെ വീടിനുമുന്നിൽ കോത്തായി എത്തിച്ചേർന്നു. അകത്തെ വെളിച്ചക്കള്ളികൾ അപ്രത്യക്ഷമാകും വരെ കാത്തുനിന്നു. നിശ്ശബ്ദമായ രാത്രി. ഇരുട്ട് കൈകൾ നീട്ടി കോത്തായിക്ക് സ്വീകരണമൊരുക്കി. മതിൽ ചാടിക്കടന്ന് കോത്തായി, മാർബിൾ പാകിയ മുറ്റത്തെത്തി. നേരത്തെ നടത്തിയ ഒരു അന്വേഷണമനുസരിച്ച് കുറുപ്പുസാറും ഭാര്യ സൗദാമിനിത്തങ്കച്ചിയും മാത്രമേ അകത്തുള്ളൂ. ആൺമക്കളിരുവരും അമേരിക്കയിലും മകളൊരുത്തി അങ്ങ് ലണ്ടനിലുമാണ്. ഇന്ന് വെള്ളിയാഴ്ചയായതിനാൽ വേലക്കാരിപ്പെണ്ണ് മാതമംഗലത്തെ ഭർതൃഗൃഹത്തിലേക്ക് പോയിട്ടുണ്ടാവും. ആ കൂറ്റൻ ബംഗ്ലാവ് കള്ളൻ കോത്തായിക്കു സ്വാഗതമോതി.

മുറ്റത്തെ വാകമരത്തിന്റെ ഒരു കമ്പ് ബാൽക്കണിയിലേക്കു ചാഞ്ഞുകിടന്നിരുന്നു. അതിവിദഗ്ദ്ധമായ നീക്കത്തോടെ കോത്തായി അതുവഴി ബാൽക്കണിയിൽ പ്രവേശിച്ചു. എന്നിട്ട് കയ്യിലെ ചില

സ്ക്രൂഡ്രൈവറുകളും കമ്പിക്കഷണങ്ങളും ഉപയോഗിച്ച് വാതിൽ തുറന്ന് ഒന്നാംനിലയിലെ ഹാളിലെത്തി. പമ്മിപ്പമ്മി നടന്നു. കുറുപ്പു സാർ ഉറങ്ങുന്നത് താഴെ നിലയിലെ ബെഡ്റൂമിലാണെന്ന് മനസ്സി ലാക്കിയിരുന്നു. സൗദാമിനിയമ്മയ്ക്കു കഴിഞ്ഞമാസം ഒരു സ്ട്രോക്ക് വന്നതിൽപ്പിന്നെയായിരുന്നു താഴേക്കുള്ള സ്ഥലം മാറ്റം. പക്ഷേ മകളുടെ മുറി മുകളിലാണ്. അസുഖബാധിതയായ അമ്മയെ ക്കാണാൻ വന്നിട്ട് കഴിഞ്ഞയാഴ്ചയാണ് അവളും ഭർത്താവും ലണ്ട നിലേക്കു മടങ്ങിപ്പോയത്. ഇടയിലൊരു കല്യാണം വന്നതിനാൽ ലോക്കറിൽ നിന്ന് ആഭരണങ്ങൾ എടുത്തതായുമറിയാം. അത് തിരിച്ചുവെക്കാതെ ചുവരലമാരയിൽ വെച്ചു പൂട്ടാനേ തരമുള്ളൂ. ഉടനെ വീണ്ടും അവളുടെ അമ്മാവന്റെ മകന്റെ കല്യാണം വരു ന്നുണ്ട്. ചിങ്ങം പതിനെട്ടിന്. മുകൾ നിലയിലെ മകളുടെ ബെഡ് റൂമിന്റെ വാതിൽ കള്ളത്താക്കോലിട്ട് തുറന്ന് അകത്ത് കയറി, ടോർച്ച് വെളിച്ചം തെളിക്കവേ കോത്തായി, താൻ കഷ്ടപ്പെട്ടു നടത്തുന്ന ഗവേഷണങ്ങളിലും കണ്ടെത്തലുകളിലും അഭിമാനം കൊണ്ടു.

കരകര ശബ്ദത്തോടെ അലമാര വാതിൽ തുറന്നു വന്നു. കുറേ യേറെ ജ്വല്ലറിപ്പെട്ടികൾ അവിടെ കാണപ്പെട്ടു. തുറന്നുനോക്കിയ പ്പോൾ, എല്ലാറ്റിനകത്തുമുണ്ട് മാലയും നെക്ലേസും മോതിരവും അങ്ങനെയങ്ങനെ ഒട്ടേറെ ആഭരണങ്ങൾ. പലതും വജ്രമാണെന്ന് കോത്തായിക്കു മനസ്സിലായി. അയാൾ പെട്ടികളോരോന്നായി യെടുത്ത് ചാക്കുകൾക്കകത്താക്കി. ഒരെണ്ണം പക്ഷേ ചതിച്ചു. അത് കയ്യിൽ നിന്ന് വീണ്, ചെറിയ ഒരു ശബ്ദത്തോടെ ചിതറി. പെട്ടെ ന്നുള്ള അന്ധാളിപ്പിൽ കടിച്ചുപിടിച്ചിരുന്ന ടോർച്ചും വലിയ ശബ്ദ ത്തോടെ നിലംപതിച്ചു. ഹാ. വിധിയല്ലാതെ വേറെന്ത്?

'ആരാ ആരാ അവിടെ?' എന്ന ഉറക്കെയുറക്കെയുള്ള ചോദ്യ ങ്ങളോടെ താഴെ നിലയിൽ സദാശിവക്കുറുപ്പ് ലൈറ്റുകൾ തെളി യിച്ചു. ഇനി നിന്നാൽ രക്ഷയില്ലെന്നു മനസ്സിലാക്കിയ കള്ളൻ കോത്തായി നിലത്തുവീണ പെട്ടിയോ ടോർച്ചോ തപ്പിയെടുക്കാൻ നിൽക്കാതെ ഹാളിലെത്തി, ബാൽക്കണി വഴി കയ്യിലെ ചാക്കു കെട്ടുകൾ നഷ്ടപ്പെടാതെ, തിടുക്കത്തിൽ വാകമരം വഴി ഊർന്നി റങ്ങി. അപ്പോഴേക്കും കെട്ടിടമാകെ ലൈറ്റുകൾ തെളിയുകയും വലിയ ശബ്ദത്തോടെ അപകട അലാറം മുഴങ്ങുകയും ചെയ്തു. ആകെ പരിഭ്രാന്തനായി മതിൽ ചാടി കോത്തായി നിരത്തിലെത്തിയതും, അതുവഴി പാഞ്ഞുവന്ന പൊലീസ് ജീപ്പിൽ നിന്ന് നാലഞ്ച് പൊലീ സുകാർ ചാടിയിറങ്ങിയതും ഒരുമിച്ചായിരുന്നു. ഹാ, എന്തൊരു യാദൃ ച്ഛികത...! എന്തൊരു ദൗർഭാഗ്യം...!

ആ രാത്രി ഇരുണ്ടുവെളുത്തപ്പോൾ, കള്ളൻ കോത്തായി പൊലീസ് സ്റ്റേഷൻ ലോക്കപ്പിൽ അടിയേറ്റു തളർന്നുകിടപ്പാണ്, പിന്നെ പതിനൊന്നു മണിയോടെ നാലഞ്ച് പൊലീസുകാരുടെ അകമ്പടിയോടെ കോടതിയിൽ. അവിടന്ന് ഉച്ചയോടെ സബ്ജയിലിൽ. രണ്ടാഴ്ച കഴിഞ്ഞ് സെൻട്രൽ ജയിലിലേക്ക് സ്ഥലം മാറ്റമായി.

നമ്മുടെ നാടും നഗരവുമൊക്കെ എത്ര വേഗമാണ് മാറുന്നതെന്ന ഒരു ആലോചനയിലേക്ക്, ഈ ഘട്ടത്തിൽ കഥാഗതി മാറുകയാണ്. ഒന്നാലോചിച്ചു നോക്കൂ. ഇന്നലെ കണ്ട ഗ്രാമം ഇന്ന് നഗരമാണ്. നഗരം മഹാനഗരവും. ചെമ്മൺ ഗ്രാമപാതകൾ നാഷണൽ ഹൈവേകളായി മാറാൻ അധികനേരം വേണ്ട. വയലേലകൾ മണ്ണിട്ടു നികത്തി കൂറ്റൻ ഫ്ളാറ്റുകളും ഫാക്ടറിക്കെട്ടിടങ്ങളും ഉയരുന്നു. അടയാളങ്ങൾ നഷ്ടമാവുന്നു. ഒരു മാസം നമ്മൾ വേറൊരിടത്തേക്ക് ഒരത്യാവശ്യത്തിന് മാറിനിന്ന് തിരിച്ചുവരുമ്പോൾ പഴയ വഴികളും പുഴകളും പാടങ്ങളും കവലകളും കമ്പിത്തൂണുകളും തിരഞ്ഞതുകൊണ്ടു കാര്യമില്ല. അപ്പോൾപ്പിന്നെ രണ്ടുവർഷത്തെ ജയിൽവാസം കഴിഞ്ഞ് പുറത്തിറങ്ങുന്ന നമ്മുടെ കള്ളൻ കോത്തായിക്ക് സ്ഥലകാല വിഭ്രമം വന്നില്ലെങ്കിലല്ലേ അതിശയമുള്ളൂ.

കോത്തായി തന്റെ ചെമ്മൺ പാത തിരഞ്ഞ് പലേടത്തും നടന്നു. ആ വഴിക്കവലയെവിടെ? തന്റെ കൊച്ചുകൂരയെവിടെ? ജാനുവും കുഞ്ഞുങ്ങളുമെവിടെ? അയാൾ വിവശനായി. ആർത്തനും ആലംബഹീനനുമായി, നടന്നുനടന്ന് തളർന്നു. പല ദിവസങ്ങൾ, പല മാസങ്ങൾ... കറുത്തു തടിച്ച ഒരു കരിനാഗത്തെപ്പോലെ പുതിയ നാഷണൽ ഹൈവേ മുന്നിൽ മലർന്നുകിടന്നു. പൊള്ളിയൊലിക്കുന്ന ടാറിൽ കോത്തായിയുടെ കാൽപ്പാദങ്ങൾ പൂണ്ടുപുളഞ്ഞു.

അടയാളമായ കൂരയും കൂരയ്ക്കു പിറകിലെ വലിയ പുളിമരവും കോത്തായിക്കു നഷ്ടപ്പെട്ടു. കണ്ണുകളിൽ മരയറയിലെ സ്വർണ്ണത്തിളക്കം വന്ന് പുളിച്ചു. കൃഷ്ണമണികൾ കലങ്ങി. ചെമ്മൺനിരത്തുകൾ ചേർന്നിരുന്ന മുക്കവലയിൽ ഇപ്പോൾ കരിനാഗങ്ങളായി ഹൈവേ പിരിഞ്ഞ് ഓരോരോ ദേശങ്ങളിലേക്കിഴഞ്ഞുനീങ്ങി. സംശയം തോന്നുന്ന ഓരോ ദിക്കിലും രാത്രിയാവുമ്പോൾ, അയാൾ കുത്തിയിരുന്ന് കുഴിക്കാൻ തുടങ്ങി. ഇവിടെയായിരുന്നോ പുളിമരം? ഇവിടെയാണോ സ്വർണ്ണം സൂക്ഷിച്ച മരയറ? ഊണു മറന്നും ഉറക്കം മറന്നും അയാൾ കുഴിച്ചുകൊണ്ടേയിരുന്നു.

വർഷങ്ങളെത്രയോ കൊഴിഞ്ഞുതീർന്നിരിക്കുന്നു. പുതുനൂറ്റാണ്ട് പിറന്നിട്ട് തന്നെ വർഷങ്ങളെത്രയായി? പഴമക്കാർ പലരും കള്ളൻ

കോത്തായിയെ മറന്നുപോയിരിക്കുന്നു. ഓർക്കുന്ന ചിലർ, ചീറിപ്പായുന്ന ബസ്സുകളിലും ന്യൂജെൻ കാറുകളിലും ആ വഴിക്കവല വഴി കടന്നു പോകുമ്പോൾ, വെറുതെ ഒരു കൗതുകത്തിന് പുറത്തേക്ക് കണ്ണോടിക്കും. അവിടെങ്ങാനുമുണ്ടോ നമ്മുടെ പാവം കള്ളൻ കോത്തായി? എവിടെയെങ്കിലും കുത്തിയിരുന്ന് അയാൾ കുഴിച്ചുനോക്കുന്നുണ്ടോ?

വെയിലേലകളിൽ ചിലപ്പോൾ ചിലർക്ക് ആ രൂപം ദൃശ്യമാവും. വെറും തോന്നലാവാം. അല്ലാത്തവർക്ക് 'കോത്തായിമുക്ക്' എന്ന സ്ഥലനാമം വഹിച്ചുള്ള കറുത്ത ബോർഡ് മാത്രം വായിച്ചെടുക്കാം. മാറിമാറി വരുന്ന സർക്കാരുകൾ വാഗ്ദാനം ചെയ്യുന്ന അനുദിനമുള്ള ദേശപുരോഗതിയും വികസനവും എവ്വിധമാണ് ഒരു സാധാരണ കള്ളനെപ്പോലും ഹതാശനാക്കുന്നത് എന്നതിന്റെ സൂചകമായി, ഒരു സ്മാരകം പോലെ 'കോത്തായി മുക്ക്' എന്ന ബോർഡ് ആ ഹൈവേ ജംഗ്ഷനിൽ നിലകൊള്ളുന്നു. മഴയും മഞ്ഞും വെയിലും രാവും അതിനുമേൽ വീണുനിറയുന്നു, പെയ്തൊഴുകുന്നു.

■

മ്യൂസിയം

അരുണനാണ് ആ വാർത്ത ഫോൺ വിളിച്ച് അറിയിച്ചത്. അമ്മേ നമ്മുടെ വീട് സർക്കാർ ഏറ്റെടുക്കാൻ തീരുമാനമായി. അത് അച്ഛന്റെ സ്മാരകമെന്ന നിലയിൽ ഒരു മ്യൂസിയമാക്കി മാറ്റാനാണത്രെ ആലോചന.

ആദ്യം ഒന്നു പതറി. മഹാകവി നാരായണൻകുട്ടി നായരുടെ വീട് സ്മാരകമാക്കണമെന്ന ഒരു ആവശ്യം കുറേക്കാലമായി ഉയർന്നു കേൾക്കുന്നുണ്ട്. എങ്കിലും സർക്കാർ മ്യൂസിയമോ? ഒരു ആശങ്ക കാൽവിരലിൽ നിന്ന് മേലോട്ട് പടർന്നു കയറിക്കയറി ഉച്ചിയിൽ തൊട്ടു. നാരായണേട്ടനുറങ്ങുന്ന മണ്ണാണ്. അദ്ദേഹത്തിന്റെ ജീവശ്വാസം ഇപ്പോഴും നിറഞ്ഞുനിൽക്കുന്ന ചുവരുകളാണ് ഈ വീടിനുള്ളത്. എഴുത്തുമുറിയിലെ കയറ്റുകട്ടിലിൽ പോലും ആളനക്കമുള്ളതായി ചിലപ്പോൾ തോന്നാറുണ്ട്. ചാരുകസേരയിലിരുന്ന് ഒരു പുസ്തകം മറിച്ചു നോക്കുന്നതുപോലെയും കാണാറുണ്ട്.

നാലുവർഷമായി നാരായണേട്ടൻ പോയിട്ട്. എന്നാലും നാലു നാൾ പോലുമായിട്ടില്ലെന്ന മട്ടാണ്. എന്നും തൊട്ടടുത്തുണ്ട്. ഓരോന്ന് ചോദിച്ചും പറഞ്ഞും പിറകേത്തന്നെ.

'ദേവൂ. ഒരു കട്ടൻചായയിങ്ങെടുക്ക്. നല്ല കടുപ്പത്തിൽ തന്നെയായിക്കോ.'

'ദേവൂ, നീയാ കറുത്ത കരയുള്ള രണ്ടാംമുണ്ട് എവിടെയാ വെച്ചിരിക്ക്ന്നേ. ഈ അലമാരേലൊന്നും കാണ്ന്ന്ല്ലല്ലോ.'

'ദേവൂ, ഇന്ന് അത്താഴത്തിനെന്താ?'

അങ്ങനെയങ്ങനെ ഓരോരോ കാര്യങ്ങൾ....! നല്ല ഒരു കവിത മനസ്സിൽ തോന്നിയാൽ കടുപ്പത്തിലൊരു ചായ നിർബന്ധമാണ്. അതുപോലെ പുറത്തേക്കിറങ്ങുമ്പോൾ രണ്ടാം മുണ്ടും. അത്താഴത്തിന് പൊടിയരിക്കഞ്ഞിയോ ഗോതമ്പുദോശയോ... എല്ലാം

സമയാസമയം ഹിതാഹിതം നോക്കി എടുത്തുകൊടുക്കാൻ ഒപ്പമുണ്ടാവണം. ഒന്നങ്ങോട്ടോ ഇങ്ങോട്ടോ മാറിപ്പോയാൽ പരിഭവമായി, പരാതിയായി. നിനക്കീയിടെയായി എന്റെ കാര്യത്തില് തീരെ ശ്രദ്ധയില്ല, കേട്ടോ ദേവൂ–

ചിലപ്പോൾ പറയും: 'വയസ്സാവ്ന്നു. വല്ലാതെ ഒറ്റപ്പെടുന്നൂന്ന് ഒരു തോന്നൽ.'

സങ്കടം വരും അത് കേൾക്കുമ്പോൾ. 'എന്ത്നാ ഇങ്ങനെയൊക്കെ ചിന്തിക്ക്ന്നേ നാരായണേട്ടാ. ഞാൻ അടുത്തു തന്നെയ്ണ്ടല്ലോ.'

എന്നാൽ പുറത്തിറങ്ങിയാൽ എന്നും എപ്പോഴും അദ്ദേഹം ആൾക്കൂട്ടത്തിന് നടുവിൽത്തന്നെയായിരുന്നു. ചിലപ്പോൾ വീട്ടിലുമതെ, പല തട്ടിലുള്ള ആരാധകരുടെ പ്രവാഹം... കോളേജ് വിദ്യാർത്ഥികൾ അവർക്കു പഠിക്കുവാനുള്ള മഹാകവി നാരായണൻകുട്ടി നായരുടെ കവിതകളിലെ സംശയങ്ങൾ ദൂരീകരിക്കാൻ... വീട്ടുവേല, പെൺകാറ്റ്, അടുക്കളസൂര്യൻ തുടങ്ങിയ പ്രശസ്ത കവിതകൾ ചൊല്ലിക്കേൾക്കാൻ വീട്ടമ്മമാർ, പെൺകുട്ടികൾ, സ്ത്രീത്തൊഴിലാളികൾ... വേഡ്സ്വർത്തിന്റെയോ ഷെല്ലിയുടെയോ അനുകരണങ്ങൾ നാരായണൻ നായരുടെ കവിതകളിൽ കണ്ടെത്തി കീറിമുറിക്കുമ്പോഴും ആരോഗ്യകരമായ സംവാദവുമായി യുവവിമർശകർ, അദ്ധ്യാപകർ, കവികൾ... പൂമുഖത്താണ് അരങ്ങെങ്കിൽ, വാതിൽക്കൽ സാക്ഷിയായി താനുമുണ്ടാവും. നല്ല രസമാണ് കേട്ടിരിക്കാൻ. തർക്കങ്ങൾക്കൊന്നും നാരായണേട്ടനെ തളർത്താനാവില്ല. എല്ലാം ചിരിച്ചുകൊണ്ട് ശ്രദ്ധിക്കും. എന്നിട്ട് മുടിയൊഴിഞ്ഞ് തിളങ്ങുന്ന തല തടവി പതുക്കെ പറയും, 'ഞാൻ എനിക്ക് തോന്ന്ന്ന പോലൊക്കെ എഴുതുന്നു. ഈ മൊട്ടത്തലയ്ക്കകത്ത് ഉദിക്ക്ന്ന ഓരോ തോന്നലുകൾ. അത്രേള്ളൂ. ഇതില് വല്ല ബ്രഹ്മാണ്ഡ വിഷയമൊന്നൂല്ല.

എന്തിനേയും നിസ്സാരമായെടുക്കുന്നതാണ് പ്രകൃതം. അത് എഴുത്തിന്റെയും പുസ്തകങ്ങളുടെയും കാര്യത്തിൽ മാത്രമേയുള്ളു താനും. കുടുംബത്തിന്റെ കാര്യത്തിൽ വല്ലാത്ത കണിശതയാണ്. കൃത്യമായി കണക്കുകൂട്ടലോടെയാണ് എല്ലാം. മക്കൾ മൂന്നു പേരെയും മലയാളം മീഡിയത്തിൽ ചേർത്താണ് പഠിപ്പിച്ചത്. എന്നാൽ കൊച്ചുന്നാൾ തൊട്ടുതന്നെ സംസ്കൃതത്തിനും ഇംഗ്ലീഷിനും പ്രത്യേകം ക്ലാസ്സുകൾക്കു വിട്ടു. ഹൈസ്കൂൾ ക്ലാസ്സുകളിലെത്തിയപ്പോഴേ പ്രഭാകരനെ ഫ്രഞ്ചും പഠിപ്പിച്ചു. (ഫ്രാൻസിൽ നിന്ന് വർഷങ്ങളായി കേരളത്തിൽ വന്ന് താമസിക്കുന്ന ഡോള എന്ന ഒരു എഴുത്തുകാരി മദാമ്മ ഒരിക്കൽ പരിചയപ്പെടാൻ വീട്ടിൽ

വന്ന കാലത്തായിരുന്നു അത്. രണ്ടുകൊല്ലം കൊണ്ട് പ്രഭ മണിമണിയായി. ഫ്രഞ്ച് പറയാനും നന്നായി എഴുതാനും തുടങ്ങി. രണ്ടാമത്തവൾ സൂര്യ ആറാം ക്ലാസ്സിൽ വെച്ചുതന്നെ ഇംഗ്ലീഷിൽ കവിതയെഴുതിത്തുടങ്ങിയപ്പോഴും ഏറെ ആഹ്ലാദിച്ചത് നാരായണേട്ടനായിരുന്നു. നാലാം വയസ്സുതൊട്ട് അച്ഛന്റെ ഇംഗ്ലീഷ് ലൈബ്രറിക്കു മുന്നിലായിരുന്നല്ലോ അവൾ... കീറ്റ്സായിരുന്നു അവളുടെ ഇഷ്ട കവി, പിന്നെ അച്ഛനും... മൂന്നാമൻ അരുണനും ചേച്ചിയുടെയും ചേട്ടന്റേയും വഴിയേത്തന്നെ നീങ്ങി. എങ്കിലും അവന് കഥയെഴുത്തിലും പ്രസംഗത്തിലുമൊക്കെയായിരുന്നു കുട്ടിക്കാലത്ത് കൗതുകം. പിന്നീട് അവന്റെ താത്പര്യം പഠിത്തത്തിലായി. അച്ഛൻ മോഹിച്ചതുപോലെ ഐ.എ.എസ്. അവൻ ആദ്യ ചാൻസിൽ തന്നെ നേടിയെടുത്തു. സ്വന്തം നാട്ടിൽ അവൻ കലക്ടറായിക്കാണണമെന്ന ആഗ്രഹം സഫലീകരിച്ച സംതൃപ്തിയോടെയാണ് നാരായണേട്ടൻ ഇവിടം വിട്ടത്. ഇപ്പോഴവൻ കേന്ദ്രത്തിൽ ഡപ്യൂട്ടേഷനിൽ ജോയിന്റ് സെക്രട്ടറിയാണ്. അതിനാലാണ് ഗവൺമെന്റ് തീരുമാനങ്ങളൊക്കെ വേഗം തന്നെയറിയുന്നത്. നാരായണാലയം എന്ന ഈ വസതി സ്മാരകമാക്കണമെന്ന ആരാധകരുടേയും സാംസ്കാരിക പ്രവർത്തകരുടേയും ആവശ്യം ആദ്യമറിഞ്ഞപ്പോൾ അരിശമാണ് വന്നത്. പിന്നീടത് സങ്കടമായി മാറി. അപ്പോഴും പ്രഭാകരനും സൂര്യയും അരുണനുമൊക്കെ ആശ്വസിപ്പിച്ചു. "അമ്മ പേടിക്കണ്ട. അച്ഛനെ സംബന്ധിച്ചുള്ള ഒരു നല്ല കാര്യത്തിനല്ലേ - എങ്കിലും അമ്മയുടെ കാലശേഷമേ ഞങ്ങളതനുവദിക്കൂ.

ഭാഷയുടെ അഭിമാനമായ അവാർഡുകളെല്ലാം വാരിക്കൂട്ടിയ മഹാകവിയുടെ വസതി അദ്ദേഹത്തിന്റെ ആരാധകർക്കു തന്നെയാണ് അവകാശപ്പെട്ടത്. ജീവിച്ചിരുന്ന കാലത്തുതന്നെ അദ്ദേഹം വാതിലുകളെല്ലാം മലർക്കെ ഏവർക്കുമായി തുറന്നിട്ടിരിക്കുകയായിരുന്നു. അതിൽ തനിക്കോ മക്കൾക്കോ പരാതിയൊന്നുമില്ല. എന്നാലും മരിച്ച് നാലുവർഷം കഴിഞ്ഞിട്ടും അദ്ദേഹം ഇവിടെയൊക്കെത്തന്നെയുണ്ട് എന്ന ചിന്ത മാറ്റാനാവുന്നില്ല. തന്റെ മരണം വരെയും ഇവിടെത്തന്നെ അദ്ദേഹത്തോടൊപ്പം കഴിയണം. ഒരുമിച്ച് ഇനിയും ഓർമ്മകളുമായി ജീവിക്കണം..

വൈകുന്നേരം അരുണൻ ദില്ലിയിൽ നിന്നും വീണ്ടും വിളിച്ചു: "അമ്മ വിഷമിക്കരുത്. മഹാകവി നാരായണൻകുട്ടി നായർ മ്യൂസിയത്തിനുള്ള ഗവൺമെന്റ് ഓർഡർ ഈയാഴ്ച തന്നെ പുറത്തിറങ്ങുമെന്നാ അറിയുന്നത്. കൾച്ചറൽ സെക്രട്ടറി സത്യപാൽ എന്റെ ബാച്ച് മേറ്റാ - അവനാ പറഞ്ഞത്. സി.എം. പ്രത്യേക താൽപ്പര്യമെടുത്താ മുന്നോട്ടു പോകുന്നതെന്ന്. ഇലക്ഷൻ വരാൻ പോവുകയല്ലേ

പൊളിറ്റിക്കൽ മൈലേജ് കിട്ടുന്ന പ്രോജക്ടുകളെല്ലാം ഉടനെ പ്രാബല്യത്തിൽ വരുത്താനാ ഓർഡർ.”

ഒന്നും മറുപടി പറഞ്ഞില്ല. എന്തു പറയാനാണ്. ഇവിടം വിട്ട് പെട്ടെന്നൊരു മാറ്റം തനിക്കു താങ്ങാനാവുകയില്ല. പ്രഭാകരൻ കൊച്ചി നേവൽ ബേസിലുണ്ട്. അവൻ പല തവണയായി വിളിക്കുന്നു. ഇടയ്ക്ക് അവിടെപ്പോയി താമസിക്കാറുണ്ട്. അവന്റെ വിശാലമായ ക്വാർട്ടേഴ്സിൽ നിന്നിറങ്ങിയാൽ കടലാണ്. കടൽക്കാറ്റും തിരകളും വീശി വരും. അസ്തമയം കാണാനും നല്ല ഭംഗിയാണ്. എങ്കിലും രണ്ടു ദിവസം. ഏറിവന്നാൽ ഒരാഴ്ച. മടുക്കും. ഉടൻ തിരിച്ച് നാരായണാലയത്തിലെത്തിയാലേ മനസ്സമാധാനമാകൂ. ഇവിടെ നാരായണേട്ടൻ തനിച്ചാണെന്ന ചിന്ത വന്ന് മനസ്സിനെ കൊളുത്തി വലിക്കും. ദേവൂ, ദേവൂ എന്ന വിളി അന്തരീക്ഷത്തിൽ മുഴങ്ങുന്നതുപോലെ തോന്നും.

സൂര്യയും വിളിക്കും ഇടയ്ക്കിടെ. അവളും സ്നേഹജനും കോഴിക്കോട്ടെ കോളേജിലാണ് പഠിപ്പിക്കുന്നത്. അവരും മക്കളും ടൗണിൽത്തന്നെ ഫ്ളാറ്റിലാണ് താമസം. പതിനെട്ടാം നിലയിൽ, ഭൂമിയുമായുള്ള ബന്ധമൊന്നുമില്ലാതെ... ആകാശത്ത് ജീവിക്കുന്നതുപോലെയാണ് അനുഭവപ്പെടുക. ഒരു ദിവസം കൊണ്ടുതന്നെ തിരിച്ചിറങ്ങി വരാൻ തോന്നും. ഇവിടെയാകുമ്പോൾ പലതരം മരങ്ങൾ, കിളിനാദങ്ങൾ... മുറ്റത്തു തന്നെ ഒരു വലിയ നിശാഗന്ധി പടർന്നു പൂത്തുലഞ്ഞുനിൽപ്പുണ്ട്. പരിമളം ചുറ്റിലും. നാരായണേട്ടൻ വർഷങ്ങൾക്കു മുന്നേ, മണ്ണുത്തിയിലൊരു കവിയരങ്ങിനു പോയപ്പോൾ വലിയ ഉത്സാഹത്തോടെ കൊണ്ടുവന്നുവെച്ചതാണ്. പിച്ചിയും മുല്ലയും ചെമ്പകവും പലതരം റോസകളുംകൊണ്ട് മുറ്റം നിറഞ്ഞിരിക്കയാണ്. കാലത്തും വൈകീട്ടും നാരായണേട്ടൻ പൂന്തോട്ടത്തിൽത്തന്നെയായിരിക്കും. ഓരോ ചെടിക്കും ഓരോ പൂവിനും ഓരോ പേരിട്ടാണ് അദ്ദേഹം വിളിക്കുക. ആ വിളി കേൾക്കുമ്പോൾ അവ അരുമയോടെ തലയാട്ടും. പുഞ്ചിരിക്കും... ഇക്കഴിഞ്ഞ നാലു വർഷവും താൻ ആ പതിവു തെറ്റിച്ചിട്ടില്ല. മക്കളുടെ അടുത്തേക്കുള്ള ഹ്രസ്വയാത്രകൾ ഒഴിച്ച് ബാക്കി എന്നും വെള്ളമൊഴിച്ചും വളമിട്ടും സ്നേഹിച്ചും ചെടികളെ പരിപാലിച്ചു. കൂടെ അദ്ദേഹവും ഉള്ളതായി തോന്നും. ഓരോരോ വർത്തമാനം പറഞ്ഞ്, കവിതമൂളിക്കൊണ്ട്.

രാത്രി പ്രഭയും സൂര്യയും വിളിച്ചപ്പോൾ അവർക്കും പറയാനുള്ളത് അരുണനിൽ നിന്ന് ലഭിച്ച വാർത്തയാണ്. സർക്കാർ തലത്തിൽത്തന്നെ ഒരു മ്യൂസിയം വരുമ്പോൾ അത് അച്ഛന്റെ ഖ്യാതി എന്നന്നേക്കുമായി നിലനിർത്താൻ നല്ലതാണെന്ന് അവർ പറഞ്ഞു.

അച്ഛനുപയോഗിച്ച വസ്ത്രങ്ങളും വസ്തുക്കളും പ്രസിദ്ധീകരിച്ച പുസ്തകങ്ങളുമൊക്കെ വരുംതലമുറയുടെ അറിവിനും പഠനത്തിനുമായി ഉപയോഗപ്പെടുന്നത് നല്ല കാര്യമല്ലേ എന്നാണ് സൂര്യ സന്തോഷിച്ചത്. പുസ്തകങ്ങൾ പുതിയ പതിപ്പുകളിറക്കുന്നതിൽ സർക്കാർശ്രദ്ധ ഉണ്ടാവുന്നത് ഗുണകരമാണെന്നും അങ്ങനെ വരുമ്പോൾ റോയൽറ്റിക്കാര്യത്തിൽ ആശങ്കപ്പെടേണ്ടതില്ലല്ലോ എന്നും പ്രഭ അഭിപ്രായം പ്രകടിപ്പിച്ചു. അമ്മ ഇനി ഞങ്ങളുടെ കൂടെ വന്നു നിൽക്കൂ. അതാ ഞങ്ങൾക്കും കുട്ടികൾക്കും സന്തോഷമുള്ള കാര്യം എന്ന് സൂര്യ ചിണുങ്ങി. ആ വലിയ വീട്ടിൽ ഒറ്റയ്ക്കിങ്ങനെ കഴിയണതെന്തിനാ. പ്രായമാണെങ്കിൽ കൂടി വരികയും... ബന്ധുക്കളൊന്നും അടുത്തില്ല എന്നോർമ്മ വേണം.

അരിശം വന്ന് തൊണ്ടയിൽ തടഞ്ഞതാണ്. എങ്കിലും ഒന്നും പുറത്തു ചാടാതെ ശ്രദ്ധിച്ചു. ആരും അടുത്തില്ല എന്ന് അവൾക്കെങ്ങനെ പറയാൻ തോന്നുന്നു. ഈ വീട്ടിൽ ഇപ്പോഴും അവളുടെ അച്ഛനുണ്ട്. അച്ഛന്റെ ശ്വാസവും ഗന്ധവുമുണ്ട്.

പിറ്റേന്ന് ഉച്ചയോടെ റവന്യൂ ഡിപ്പാർട്ട്മെന്റിന്റെ ഒരു ജീപ്പു വന്ന് ഗേറ്റിൽ നിന്നു. ഡെപ്യൂട്ടി കലക്ടർ സോമശേഖരനും സംഘവും വലിയൊരു പുഞ്ചിരിയുമായി മുന്നിലെത്തി. “അമ്മേ നമസ്കാരം.”

തൊഴുതുകൊണ്ട് ഉമ്മറത്തേക്കിറങ്ങി നിന്നു. അപ്പോഴയാൾ തുടർന്നു: “വലിയൊരു കാര്യമാണ് അമ്മ ഈ നാടിനു വേണ്ടി ചെയ്യുന്നത്. നാരായണൻകുട്ടി നായർസാറിനെപ്പോലെയുള്ള ഒരു മഹാകവിയുടെ പേര് അനശ്വരമാവാൻ ഇതിൽപ്പരം ഒരു പുണ്യ പ്രവൃത്തി വേറെയില്ല.”

കൈകൂപ്പി നിന്നു പതിയെ പറഞ്ഞു. “എല്ലാം ശരിതന്നെ. നിങ്ങള് മ്യൂസിയമുണ്ടാക്കുകയോ പ്രതിമ പണിയുകയോ ഒക്കെ ചെയ്തോളൂ. എന്നോട് ഈ വീട്ടിൽ നിന്നിറങ്ങാൻ മാത്രം പറയരുത്.”

ഡെപ്യൂട്ടി കലക്ടർ ആദ്യമൊന്നു പകച്ചു. അയാൾ സഹപ്രവർത്തകരെ നോക്കി. പിന്നെ ചിരി വരുത്താൻ ശ്രമിച്ച് പറഞ്ഞു: “അതൊക്കെ അമ്മേടെ ഇഷ്ടംപോലെ. കൾച്ചറൽ ഡിപ്പാർട്ട്മെന്റാണ് എല്ലാം ചെയ്യുന്നത്. അവരുമായി ഇക്കാര്യം ചർച്ച ചെയ്തോളൂ.”

അവർ അവരുടെ ഔദ്യോഗിക കർമ്മം തീർത്തു മടങ്ങി. പിറകേ സാംസ്കാരിക വകുപ്പിൽ നിന്ന് ആൾക്കാരെത്തി മ്യൂസിയം വകുപ്പിന്റെ ഡയറക്ടറും സംഘവുമെത്തി.

കാര്യം ചൂടുപിടിച്ചതോടെ സമ്മതപത്രങ്ങളിൽ ഒപ്പു വെക്കാൻ കൊച്ചിയിൽ നിന്ന് പ്രഭാകരനും കോഴിക്കോടുനിന്ന് സൂര്യയും

സ്നേഹജനും കുട്ടികളും ദില്ലിയിൽ നിന്ന് അരുണനും വന്നു. അച്ഛന്റെ ജൂബ്ബയും മുണ്ടുകളും രണ്ടാം മുണ്ടും ചെരുപ്പുകളും കണ്ണടയും ഒക്കെ പഴയ അലമാര തുറന്ന് അവർ എടുത്ത് സംഘാടകരെ ഏൽപ്പിച്ചു. പുസ്തകങ്ങൾ, കയ്യെഴുത്തു പ്രതികൾ, ഫോട്ടോകൾ, കാശ്മീരിൽ ഒരു കവിസമ്മേളനത്തിനു പോയപ്പോൾ ലഭിച്ച അപൂർവഭംഗിയുള്ള ഷാൾ, നേപ്പാൾ രാജാവിൽ നിന്നു കിട്ടിയ ആദരഫലകം, അവാർഡു ശില്പങ്ങൾ, അക്കാദമി അവാർഡുകൾ, ഊന്നുവടികൾ...

എല്ലാം കയ്യേറ്റുവാങ്ങി ഒരു മുറിയിൽ വെച്ച് സംഘാടക ഉദ്യോഗസ്ഥർ പോയപ്പോൾ പ്രഭാകരൻ പറഞ്ഞു. "അമ്മ എന്റെ കൂടെ വന്ന് നിൽക്കൂ തൽക്കാലം."

"അതുവേണ്ട." ഉടനെത്തന്നെ ഇടപെട്ടു. "എനിക്കിവിടെ ഒരു മുറി വിട്ടു തരാൻ പറയൂ മ്യൂസിയത്തിന്റെ ഏമാന്മാരോട്. നിന്റെ അച്ഛന്റെ ആത്മാവ് നിറഞ്ഞുനിൽക്കുന്ന വീടും പരിസരവുമാ ഇത്. ഇത് വിട്ട് ഞാനെങ്ങോട്ടുമില്ല."

അമ്മയോട് കൂടുതൽ വാദിച്ചതുകൊണ്ട് കാര്യമില്ലെന്ന് മക്കൾക്കറിയാം. അങ്ങനെ അതിനൊരു തീരുമാനമായി. സർക്കാർ വീടും പരിസരവും മ്യൂസിയമായി ഏറ്റെടുത്തപ്പോൾ അമ്മയുടെയും അച്ഛന്റേയും കിടപ്പുമുറി അമ്മയ്ക്കു ജീവിതാവസാനം വരെ ഉപയോഗിക്കാനുള്ള അനുവാദവും അരുണന്റെ സ്വാധീനം മൂലം കരാറിൽ എഴുതിച്ചേർപ്പിച്ചു.

വളരെ ധൃതി പിടിച്ചുതന്നെയായി പിന്നീടുള്ള കാര്യങ്ങൾ. ഓരോ മുറിയും വെള്ളപൂശി കമനീയമായി ഒരുക്കപ്പെട്ടു. ഒരിടത്ത് പുസ്തകങ്ങളും കയ്യെഴുത്തു പ്രതികളും. ചുവരുകളിൽ മഹാകവിയുടെ പല പോസിലുള്ള വലിയ ഛായാചിത്രങ്ങൾ, പ്രശസ്തർക്കൊപ്പമുള്ളതും അവാർഡുകൾ സ്വീകരിക്കുന്നതും സമ്മേളനങ്ങളിൽ പ്രസംഗിക്കുന്നതുമായ ഫോട്ടോകൾ... മറ്റൊരു മുറിയിൽ അവാർഡ് ശില്പങ്ങളും പ്രശംസാപത്രങ്ങളും. ഇനിയൊരിടത്ത് അദ്ദേഹമുപയോഗിച്ച കണ്ണട, പേനകൾ, വസ്ത്രങ്ങൾ, പാദരക്ഷകൾ, ഷേവിങ് റേസർ അങ്ങനെയങ്ങനെ... കവിത ചൊല്ലുന്നതും പ്രസംഗിക്കുന്നതുമായ ശബ്ദരേഖകൾ മുറികളിലെല്ലാം മുഴങ്ങിക്കൊണ്ടിരുന്നു.

ഉദ്ഘാടനം കഴിഞ്ഞ് ബഹുമാനപ്പെട്ട മുഖ്യമന്ത്രി എല്ലാം ചുറ്റി നടന്നു കണ്ടു. ആരോ പറഞ്ഞു, "മഹാകവിയുടെ ഭാര്യ."

അദ്ദേഹം ചിരിച്ചുകൊണ്ട് അടുത്തുവന്ന് തൊഴുതു. തിരികെ തൊഴാൻ മറന്ന് മിഴിച്ചു നിന്നു.

പിറ്റേന്നു മുതൽ സന്ദർശകരുടെ തിരക്കായി. മഹാകവി നാരായണൻകുട്ടി നായർ സ്മാരക മ്യൂസിയം എന്ന വലിയ ബോർഡുള്ള പടിപ്പുര കടന്ന് സ്കൂൾ കുട്ടികളും അദ്ധ്യാപകരും യുവകവികളും ഗവേഷകരും വന്നുകൊണ്ടിരുന്നു. ഓരോരോ കാഴ്ചകൾ കണ്ട് അവർ ആവേശപുളകിതരായി. മഹാകവി ജീവിച്ച ഒരു കാലഘട്ടം യുവകവികൾക്ക് പ്രചോദനമായി. മഹാകവി ഉപയോഗിച്ച പുസ്തകങ്ങൾ, പേനകൾ, കണ്ണട, ചായ കുടിച്ച കുപ്പിഗ്ലാസ്സ് അങ്ങനെയങ്ങനെ കണ്ടു കണ്ട് സന്ദർശകർ ഒടുവിൽ കിടപ്പുമുറിക്കു മുന്നിലെത്തും. തുറന്നു കിടക്കുന്ന വാതിൽക്കൽ നിന്ന് അകത്തേക്ക് ചൂണ്ടി പതിയെ ആരെങ്കിലും പറയും: "അത് മഹാകവിയുടെ ഭാര്യ..."

വൈകുന്നേരം ആറുമണിക്ക് മ്യൂസിയത്തിലെ മുറികളിലെ ലൈറ്റുകളണച്ച് വാച്ചർ പരമേശ്വരൻ ഔട്ട്ഹൗസിലേക്ക് പോകുമ്പോൾ പതുക്കെ തന്റെ മുറിയിൽ നിന്ന് എഴുന്നേറ്റ് ഉമ്മറത്തേക്കു വരും. നനുത്ത സന്ധ്യ പുറത്ത് കാത്തുനിൽപ്പുണ്ട്. മുറ്റത്തെ പഞ്ചാരമണലിലൂടെ ചുമ്മാ ഉലാത്തും. നിശാഗന്ധിപ്പൂക്കൾ മിഴിതുറന്ന് പുഞ്ചിരിക്കും. പരിമളം പരത്തും. രാത്രിനക്ഷത്രങ്ങൾ ആകാശത്ത് എത്തിനോക്കുമ്പോൾ, പിറകിൽനിന്ന് നാരായണേട്ടന്റെ മൃദുശബ്ദമുയരും. "ദേവൂ, ഇന്ന് അത്താഴത്തിനെന്താ, പൊടിയരിക്കഞ്ഞിയോ ഗോതമ്പുദോശയോ?

മറുപടി പറയാൻ തിരിഞ്ഞുനോക്കവേ. പുന്തോട്ടത്തിലൂടെ ഒരു ഇളംകാറ്റ് വീശുന്നതറിയുന്നുണ്ട്. പല പൂമണങ്ങൾ ഒന്നായിത്തീരുന്നതറിയുന്നുണ്ട്.

■

വസന്തം

"അച്ഛന് ശരീരത്തിന് നല്ല ക്ഷീണമുണ്ട്, നടക്കുമ്പോൾ കാലു കളിടറിപ്പോകുന്നുണ്ട്. ഈ ഓണത്തിനെങ്കിലും നിങ്ങളൊക്കെ വരു മോന്നാ ഇന്നലേ ചോദിച്ചത്." രാവിലെ ഫോണിൽ അമ്മ പറഞ്ഞത് രേണുക ഓർത്തു. ഉച്ച കഴിഞ്ഞാണ് ഇത്തിരിയൊന്ന് ശ്വാസം കഴി ക്കാൻ സമയം കിട്ടിയത്. ഇനിയും പിടിപ്പത് ജോലിയുണ്ട് തീർ ക്കാൻ. കമ്പ്യൂട്ടറിനു മുന്നിലിരിക്കുമ്പോൾ സമയം പോകുന്നതറി യുകയേയില്ല. നിരനിരയായി കമ്പ്യൂട്ടറുകൾക്കു മുന്നിൽ കുറേ യന്ത്ര മനുഷ്യർ. താനും അതിലൊരെണ്ണമാണ് പകൽ മുഴുവൻ. വൈകു ന്നേരം തിരികെ അപ്പാർട്ട്മെന്റിലെത്തുവോളം എല്ലാം യാന്ത്രിക മാണ്. തലയിലൂടെ, ഷവറിൽ നിന്ന് തണുത്ത ജലപ്രവാഹമുണ്ടാ വുമ്പോഴാണ് മനുഷ്യജന്മം തിരികെ കിട്ടുന്നത്. ഏതാണ്ട് ഒരേ സമയം തന്നെയാവും ഗോപുവും ഓഫീസ് വിട്ടെത്തുന്നത്. ക്ഷീണിച്ചു തളർന്നു വന്നയുടൻ പുതച്ചുമൂടി ഒരുറക്കമാണ്. ഡിന്നർ ഡൈനിംഗ് ടേബിളിൽ റെഡിയായിക്കഴിഞ്ഞാലേ തല പൊക്കി നോക്കൂ. ഹേമന്ത് കാർട്ടൂൺ ചാനലിലായിരിക്കും. അല്ലെങ്കിൽ അവനിഷ്ടപ്പെട്ട ഒരു വീഡിയോഗെയിമിൽ. ഈയിടെ ഫ്ളൈറ്റുകൾ കൂട്ടിയിടിപ്പിക്കുന്ന തിലും മെഷീൻ ഗണ്ണുകളിൽ നിന്ന് തീ ചീറ്റിക്കുന്നതിലുമൊക്കെ യാണ് അവന് കമ്പം. നാലുവയസ്സാവുന്നതേയുള്ളൂ. പ്ലേ സ്കൂളി ലാണ് പകൽ മുഴുവനും. ഗോപുവിന്റെ കൂടെയാണ് മടങ്ങിയെത്തുക. അവന് ടൊറന്റോവിലെ പ്ലേ സ്കൂളും അപ്പാർട്ട്മെന്റും ഒരുപോലെ... എല്ലാം ടൊറന്റോ... ഒണ്ടാറിയോ... കാനഡ ഈസ് മൈ മദർലാന്റ് എന്നാണവൻ പറയുക.

കുളി കഴിഞ്ഞാശ്വാസമായപ്പോൾ വീണ്ടും രേണുകയുടെ മനസ്സി ലേക്ക് അമ്മ രാവിലെ പറഞ്ഞ കാര്യം കടന്നുവന്നു. അച്ഛന് എഴുപ താവുന്നു. ചിങ്ങമാസത്തിലെ രേവതിയാണ് പിറന്നാൾ. മാസത്തിലെ അവസാന നക്ഷത്രം. നാലു വർഷം മുമ്പാണ് നാട്ടിലേക്ക് പോയത് രണ്ടുവർഷം കൂടുമ്പോഴായിരുന്നു സാധാരണ യാത്ര. കഴിഞ്ഞ രണ്ടു

വർഷങ്ങൾ മഹാമാരി യാത്ര മുടക്കി. ആർക്കും എങ്ങും പോകാനാവാത്ത അവസ്ഥ. ഒടുവിൽ പോയത് പ്രസവത്തിനായിരുന്നു. മടങ്ങുമ്പോൾ അച്ഛനുമമ്മയ്ക്കും വലിയ വിഷമമായി. ഹേമന്ത് കൈക്കുഞ്ഞായിരുന്നു. അപ്പൂപ്പന്റെ കൈകളിൽത്തന്നെയായിരുന്നു അവൻ. ഈ ചെറിയ കുഞ്ഞിനേയും കൊണ്ട് എങ്ങനെയാണ് വിദേശത്ത് തനിയെ കഴിച്ചുകൂട്ടുക എന്നായിരുന്നു അവരുടെ ആധി. കുറച്ചുദിവസങ്ങൾ ഗോപുവിന്റെ അച്ഛനമ്മമാർ വന്നു താമസിച്ചു. പിന്നെ ഹൗസ്മെയ്ഡ് കാതറിൻ ഡിസൂസ പകൽ മുഴുവൻ നിന്നത് സഹായമായി. മഹാമാരിക്കാലത്ത് വർക്ക് ഫ്രം ഹോമായതിനാൽ പ്രശ്നമറിഞ്ഞതേയില്ല...

അമ്മ രാവിലെ പറഞ്ഞു. "ഇത്തവണ ഏതായാലും ഓണത്തിന് വരാൻ നോക്ക്. തിരുവോണം കഴിഞ്ഞ് അഞ്ചാംനാൾ അച്ഛന്റെ പിറന്നാളുമാണ് മക്കളൊക്കെ സപ്തതിക്ക് ഉണ്ടാവണമെന്ന് അച്ഛൻ ആഗ്രഹിക്കുന്നുണ്ട്. ഇന്നലേം ചോദിച്ചു, "രേണുക വരില്ല്യേ, സുധാകരൻ വരില്ല്യേന്നൊക്കെ..."

സുധാകരേട്ടനും രമണിച്ചേച്ചിയും കുട്ടികളുമിപ്പോൾ ദുബായിലാണ്. ഉത്രാടത്തിനെങ്കിലും അവർ എത്താൻ നോക്കുന്നുണ്ടെന്ന് അമ്മ പറഞ്ഞു.

ഡൈനിംഗ് ടേബിളിലേക്ക് ബ്രെഡ് ടോസ്റ്റ് ചെയ്തു കൊണ്ടുവെച്ച്, ഫ്രിഡ്ജിൽ നിന്ന് ജാമെടുക്കുമ്പോൾ കോട്ടുവായിട്ടുകൊണ്ട് ഗോപു വന്നു. "വല്ലാതെ വിശക്കുന്നു. ഇന്നും ബ്രെഡ്ഡ് തന്നെയാണോ."

രേണുക പറഞ്ഞു. "അമ്മ വിളിച്ചിരുന്നു രാവിലെ. ഇത്തവണ അച്ഛന്റെ എഴുപതാം പിറന്നാളാ - സപ്തതി."

"ഓ ഗ്രേറ്റ്" ഗോപു കസേരയിലിരുന്ന് ഒരു ബ്രെഡ് പീസ് എടുത്ത് കടിച്ച്, "ഓൾഡ് ജനറേഷന് എന്തൊര് ആയുസ്സാ. നമുക്കൊക്കെ മിക്കവാറും ലൈഫ് ഒരു ഫിഫ്റ്റി സിക്സ്റ്റി. അപ്പോൾത്തന്നെ ബലൂൺ ബ്ലാസ്റ്റ് പോലെ ടപ്പോന്ന് തീരും എല്ലാം."

രേണുകയ്ക്ക് നല്ല ദേഷ്യം വന്നു, "അടുത്താഴ്ച നമ്മൾ നാട്ടിലേക്ക് പോകുന്നു ഓണോം പിറന്നാളുമൊക്കെ കൂടിയേ മടക്കമുള്ളൂ–"

"അയ്യോ" ഗോപു ഒച്ചുവെച്ചു. "എന്റെ രണ്ട് പ്രോജക്ട് സബ്മിഷനുകളാ നെക്സ്റ്റ് വീക്ക്."

"ഗോപു വരുന്നില്ലെങ്കി വരണ്ട–" രേണുക പറഞ്ഞു. "ഞാനും ഹേമന്തും കൂടി പോയ്ക്കോളാം."

“അപ്പോ ഞാനിവിടെ ഒറ്റയ്ക്കാവില്ലേ?” ഗോപുവിന് അതാലോചിക്കാൻ പോലുമായില്ല. “അതുമാത്രമല്ല. നീ ഓൺലൈൻ ന്യൂസൊന്നും കാണുന്നില്ലേ. നാട്ടിലാകെ മഴേം ഉരുൾപൊട്ടലുമൊക്കെയാ ഇപ്പോ.”

“അതിനെന്താ?” രേണുകയ്ക്ക് ദേഷ്യം വന്നു. “ആ മഴേടേം പ്രളയത്തിന്റേം നടുവില്ത്തന്ന്യാ നമ്മ്ടെ അച്ഛനമ്മമാര് കഴിയണത്.”

അവൾ ബ്രെഡ് കഴിച്ചതേയില്ല. എഴുന്നേറ്റ് വാഷ്ബേസിനരികിൽ പോയി നന്നായി മുഖം കഴുകി. താൻ കരഞ്ഞുപോകരുതേ എന്നവൾ പ്രാർത്ഥിച്ചു. ആരുടേയും മുന്നിൽ കണ്ണീരൊലിപ്പിച്ചു നിൽക്കുന്നത് പണ്ടേ അവൾക്കിഷ്ടമല്ല. കണ്ണീരെന്നത് ഒരു സ്വകാര്യതയാണ്. പ്രദർശന വസ്തുവല്ല.

ആ രാത്രി ഇരുണ്ടു തീരുമ്പോഴേക്കും ഗോപുവും വഴങ്ങി. “നിങ്ങളെ രണ്ടാളേം തനിച്ചു വിടുന്നതിൽ എനിക്കും താൽപ്പര്യമില്ല. ഒരാഴ്ച. മാക്സിമം ടെൻ ഡേയ്സ്. നമുക്കു പോയി വരാം.”

ഫ്ളൈറ്റിലിരിക്കുമ്പോഴും ഹേമന്ത് ചോദിച്ചു. “നമ്മൾ പോണ ആ ഹോം ടൗണില് പാർക്കുണ്ടോ. പുതിയ കമ്പ്യൂട്ടർ ഗെയിം കാണുമോ, സ്വിമ്മിംഗ് പൂളു കാണുമോ” എന്നൊക്കെ... രേണുകയ്ക്ക് ഒന്നും പറയേണ്ടി വന്നില്ല. അവനപ്പോൾ ഉത്തരങ്ങൾ പ്രതീക്ഷിക്കാതെ കയ്യിലെ ടാബ് തുറന്ന് ഒരു വീഡിയോയിലേക്ക് പ്രവേശിച്ചിരുന്നു. ഗോപു കണ്ണടച്ചു കിടന്നു. കയറിയപ്പോൾത്തന്നെ കിട്ടിയ രണ്ട് തുടം മാൾട്ട് വിസ്കിയിൽ വേറൊരു സുന്ദര ലോകത്തേക്കുള്ള പ്രവേശന കവാടത്തിലായിക്കഴിഞ്ഞിരുന്നു അയാൾ...

വരുന്ന കാര്യം വിളിച്ചുപറയാത്തതിനാൽ രേണുകയുടെ അച്ഛനമ്മമാർക്കതൊരു ഇരട്ടി സന്തോഷം നൽകി. “എല്ലാം പെട്ടെന്നായിരുന്നു.” രേണുക പറഞ്ഞു. “വേറൊരു കാര്യവും മനസ്സിലില്ലായിരുന്നു. ഓണം, സപ്തതി - അത്ര മാത്രം.”

“അവിടത്തെ കാര്യം ആകെ കുഴഞ്ഞുമറിയും. ഇനിയവിടെ തിരിച്ചു ചെല്ലുമ്പോഴറിയാം ഭീകരാവസ്ഥ.” ഗോപു പിറുപിറുത്തു. അയാൾ പുറത്തു പെയ്യുന്ന മഴയെ ശപിച്ചു. മഴ ജനാലയ്ക്കൽ നിന്ന് ചിരിച്ചു കാട്ടി.

ഹേമന്തിന് എല്ലാം അത്ഭുതമായിരുന്നു. ഇങ്ങനേയും ഒരു ലോകമോ? കഴിഞ്ഞ നാലു വർഷം അവനറിഞ്ഞ ലോകം വളരെ ചെറുതെന്ന് അവനു തോന്നി. അവനത് ഒരിക്കൽ വീട്ടിനുമുമ്പിലൂടെ ഒഴുകുന്ന മീനച്ചിലാറിന്റെ കരയിലിരിക്കവെ അപ്പൂപ്പനോട് പറയുകയും ചെയ്തു. “കാനഡയിലെ സ്വിമ്മിംഗ് പൂൾ ഈസ് ടൂ സ്മോൾ അപ്പൂ. ദിസ് ഈസ് സോ ലാർജ്.”

അപ്പൂപ്പൻ ചിരിച്ചു. "യെസ് യെസ്."

കാനഡയിൽ ഇപ്പം നീണ്ടു വളർന്ന് ആകാശം മുട്ടുന്ന ട്രീസില്ല എന്ന് തെങ്ങിൻതോപ്പിലൂടെ നടക്കുമ്പോൾ പറഞ്ഞപ്പോഴും അപ്പൂപ്പൻ പറഞ്ഞു, 'യെസ് യെസ്, ദിസീസ് അവർ ഗോഡ്സ് ഓൺ ട്രീസ്. ദൈവത്തിന്റെ നാളികേരമരങ്ങൾ."

ഹേമന്ത് വെള്ളം നിറഞ്ഞുകിടന്ന പാടത്തേക്കോടിയിറങ്ങി: "ഹായ്..." മഴ ചാറുന്നുണ്ടായിരുന്നു. അപ്പാർട്ട്മെന്റിലെ ബാത്ത്റൂമിൽ ചനുപിനെ ചിതറിവീഴുന്ന ഷവറിന്റെ കാര്യമോർത്ത് അവന് സഹതാപം തോന്നി. 'ദീസ് ഓപ്പൺ ഷവർ ഈസ് വെരി ഇന്ററസ്റ്റിംഗ് അപ്പൂ."

അപ്പൂപ്പൻ പഴയ പട്ടാള ഇംഗ്ലീഷ് പൊടിതുടച്ചെടുത്ത് പറഞ്ഞുകൊടുത്തു: 'ദിസീസ് അവർ റെയിൻ. ഞങ്ങടെ വില്ലേജ് ഷവർ."

"വില്ലേജ് ഷവർ?" ഹേമന്തിന് ആ വാക്ക് അത്ഭുതകരമായി.

"യെസ്." അപ്പൂപ്പൻ പറഞ്ഞു. "ഗോഡ്സ് ഓൺ ഷവർ - ഗോഡ്സ് ഓൺ റെയിൻ. മഴ, കാനഡയില് മഴയില്ലേ?"

"മയ. ആവോ - ഐ ഡോണ്ട് നോ മയ" ഹേമന്ത് മഴ നനഞ്ഞുകൊണ്ട് ചിരിച്ചു.

കുട്ടികൾക്ക് പരീക്ഷയായതിനാൽ രമണിയും വന്നില്ലെന്നു പറഞ്ഞ് തിരുവോണപ്പുലർച്ചെ സുധാകരൻ മാത്രം ദുബായ് ഫ്ളെറ്റിനു വന്നു. വന്നയുടൻ കയറിക്കിടന്നുറക്കവുമായി.

ഓണപ്പൂക്കളത്തിനു നടുവിൽ വെച്ച തൃക്കാക്കരയപ്പന്റെ മൺപ്രതിമയിൽ അമ്മൂമ്മ അരിമാവിടുന്നത് കണ്ട് ഹേമന്ത് ചിരിച്ചു. "ദിസ് ഈസ് മഡ്, നോട്ട് ഗോഡ്."

"നോ..." അമ്മൂമ്മ പറഞ്ഞു. "ഇതാണ് തമ്പുരാൻ, മാവേലിത്തമ്പുരാൻ."

"മാവ്ലി തമ്പ്രാൻ" ഹേമന്ത് തപ്പിത്തടഞ്ഞു. "ഇറ്റ്സ് ഇന്ററസ്റ്റിംഗ്."

ഓണം കഴിഞ്ഞു. പിന്നെ അഞ്ചാംനാൾ അച്ഛന്റെ സപ്തതി സദ്യയും ഉണ്ടുകഴിഞ്ഞയുടൻ സുധാകരൻ പോയി... ഗോപു പെട്ടിയൊതുക്കിത്തുടങ്ങി. "മറ്റന്നാൾ ഏർലി മോണിങ്ങാ ഫ്ളൈറ്റ്, നെടുമ്പാശ്ശേരീന്ന്." അയാൾ ആരോടെന്നില്ലാതെ പറഞ്ഞുകൊണ്ടിരുന്നു.

രേണുക മുറ്റത്ത് നനച്ചിട്ട തുണികൾ ഉണങ്ങിയോ എന്നു നോക്കവെ അച്ഛനോടു പറഞ്ഞു: "ആരോഗ്യമൊക്കെ ശ്രദ്ധിക്കണം. ഒറ്റയ്ക്ക് ചുമ്മ പറമ്പിലൊന്നും കറങ്ങി നടക്കണ്ട."

"ഇങ്ങനെ കറങ്ങി നടക്കണോണ്ടാ ഞാൻ ഉശാറായി ജീവിക്കണത്." അച്ഛൻ ചിരിച്ചു. അപ്പൂപ്പന്റെ കൈയിൽ തൂങ്ങി, മുറ്റത്തെ ചെറിയ പൂന്തോട്ടത്തിൽ നിന്ന് നന്ത്യാർവട്ടപ്പൂക്കൾ പറിച്ചുകൊണ്ട് ഹേമന്ത് പറഞ്ഞു. "മമ്മീ, ഇനി ഞാൻ നോക്കിക്കൊള്ളാം അപ്പൂനെ."

"നീയോ..." രേണുകയ്ക്ക് ചിരി വന്നു: "അതിന് നീയിവിടെ നിക്കാൻ പോവ്വാ? അവ്ടെ പ്ലേ സ്കൂളില് ഞാൻ കരഞ്ഞുപറഞ്ഞാ നിനക്ക് പത്തു ദിവസം ലീവ് കിട്ടിയത്. ഒൺലി ടെൻ ഡെയ്സ്."

"നോ." ഹേമന്ത് ഗൗരവത്തിലായി. "ഐ ആം നോട്ട് കമിങ്ടു ദാറ്റ് ഡർട്ടി പ്ലേസ്കൂൾ. ഐവിൽ പ്ലേ ഹിയർ."

രേണുക സ്തംഭിച്ചു നിന്നു.

ഹേമന്ത് അപ്പൂപ്പനെ ചേർത്തുപിടിച്ചു. "ഇൻ അപ്പൂസ് പ്ലേ സ്കൂൾ."

"പോടാ ചെക്കാ. പൊട്ടത്തരം പറയാതെ." രേണുകയ്ക്ക് അരിശം വരുന്നുണ്ടായിരുന്നു. അവൾ തുണികൾ മടക്കിയെടുത്ത് എളുപ്പം അകത്തേക്കു നടന്നു.

പിറ്റേന്ന് മടക്കയാത്രയ്ക്കുള്ള സമയമായി.

രാത്രി പത്തിനാണ് ഫ്ളൈറ്റ്. ഏഴുമണിക്ക് റിപ്പോർട്ട് ചെയ്യണം. വൈകുന്നേരം നാലു മണിക്കുതന്നെ ടാക്സി വന്നു. പെട്ടികളുമെടുത്ത് രേണുകയും ഗോപുവും പുറത്തേക്കെത്തി. അച്ഛനുമമ്മയും കണ്ണുകൾ തുടച്ചു.

"അവനെവിടെ?" രേണുക ചുറ്റിലും നോക്കി വിളിച്ചു. "ഹേമന്ത്."

ഹേമന്ത് ആദ്യം വിളി കേട്ടില്ല. വീണ്ടും രേണുക വിളിച്ചപ്പോൾ അവൻ അകത്തെവിടെ നിന്നോ പതുക്കെ ഇറങ്ങി വന്നു. "ഐ ആം നോട്ട് കമിങ്. ഞാൻ അപ്പൂന്റേം അമ്മൂന്റേം കൂടെ നിന്നോളാം."

"വാട്ട്?" ഗോപു ഞെട്ടിത്തെറിച്ചു. അയാൾ അവന്റെ കൈ കടന്നുപിടിച്ചു. "വാട്ടാർ യൂ സെയിങ് സില്ലി തിങ്. വെറുതെ വാശി കാട്ടണ്ടാട്ടോ."

ഹേമന്ത് കരഞ്ഞുകൊണ്ട് അപ്പൂപ്പന്റെ അരികിലേക്ക് ഓടിയെത്തി. "അപ്പൂപ്പാ, ഐ ആം നോട്ട് ഗോയിങ്. ഐ വിൽ സ്റ്റഡി ഹിയർ. ഐ വിൽ ലിവ് ഹിയർ."

അത് തികച്ചും അപ്രതീക്ഷിതമായതിനാൽ എല്ലാവരും അന്തിച്ചു നിന്നു.

രേണുകയും ആവത് ശ്രമിച്ചു നോക്കി. ഹേമന്ത് പിടി വിടുവിച്ച് കരഞ്ഞുകൊണ്ട് അകത്തേക്കോടി. സമയം പോകുന്നു. എന്തു

ചെയ്യണമെന്നറിയാതെ എല്ലാവരും വിഷമിക്കുമ്പോൾ രേണുകയുടെ അച്ഛൻ പതിയെ പറഞ്ഞു. "അവൻ ചെറിയ കുട്ടിയല്ലേ? നിങ്ങള് നാട്ടില് കുട്ടിക്കാലത്ത് അറിഞ്ഞ വസന്തവും ശിശിരവും ഹേമന്ത വുമൊക്കെ അവനുമറിയട്ടെ. നാട്ടിലെ മഴയും വെയിലും പുഴയും പൂക്കളും മഞ്ഞുമൊക്കെ കുറച്ച് അവനും കാണട്ടെ. അനുഭവിക്കട്ടെ."

"അച്ഛാ, ചുമ്മാ ഭ്രാന്ത് പറയല്ലേ." രേണുക ഒച്ചയിട്ടു.

"ഒരു ഭ്രാന്തുമില്ല." അച്ഛൻ സമാധാനിപ്പിച്ചു. "നിങ്ങള് ധൈര്യായിട്ട് പൊയ്ക്കോ. നിന്നെയൊക്കെ നോക്കി വളർത്തിയതിനേക്കാൾ നന്നായിട്ട് ഞങ്ങള് അവനെ നോക്കിക്കോളാം കുറച്ചുകാലം."

പോക്കുവെയിലിൽ മുറ്റത്ത് നന്ത്യാർവട്ടപ്പൂക്കൾ തിളങ്ങി. കന കാംബരവും തെച്ചിയും കുടമുല്ലയും ചിരിച്ചു. വേറെ മാർഗ്ഗങ്ങളി ല്ലാതെ ഗോപു പറഞ്ഞു. "എന്നാ കുറച്ചു ദിവസം അവനിവിടെ നിക്കട്ടെ. അടുത്ത മാസം എന്റെ അച്ഛനുമമ്മേം വരുന്നുണ്ട് അങ്ങോട്ട്. അപ്പോ കൂടെ വിട്ടാ മതി."

ഒടുവിൽ രേണുകയേയും ഗോപുവിനേയും കൊണ്ട് കാർ നീങ്ങി ത്തുടങ്ങിയപ്പോൾ ഹേമന്ത് പമ്മിപ്പമ്മി പുറത്തു വന്നു. "മമ്മീം ഡാഡീം പോയോ, അപ്പൂ."

"അവര് പോയി." അപ്പൂപ്പൻ അവനെ ചേർത്തു പിടിച്ച് ചിരിച്ചു. "ഇനിയാ നമ്മ്ടെ ശിശിരോം ഹേമന്തോം."

"ഹേമന്തം അല്ല, ഹേമന്ത് എന്നാണെന്റെ പേര്. ഹേമന്ത് മേനോൻ."

"അതെ, ഈ പൂക്കളുടെ വസന്തകാലം കഴിഞ്ഞ് മഞ്ഞു പെയ്യുന്ന കാലത്തിനു പറയുന്ന പേരാ ഹേമന്തം, നല്ല സ്നേഹമഞ്ഞു പെയ്യണ കാലം." അപ്പൂപ്പൻ വിശദീകരിച്ചു.

ഹേമന്ത് അതോർത്ത് ചിരിച്ചു. "ദാറ്റ്സ് ഗുഡ്."

ഒരു ചെറുകാറ്റ് വീശി.

മുറ്റത്തെ മാവിൻകൊമ്പിലിരുന്ന് ഒരു കുയിലമ്മ നീട്ടിക്കൂവി. ■

തിരശ്ശീല ഉയരുമ്പോൾ

രമണി കുറേ മുമ്പ് കണിശമായും പറഞ്ഞു: "അപ്പേട്ടാ, ഇങ്ങനെ ഒഴിഞ്ഞു മാറരുത്. ജിതേന്ദ്രൻ വീണ്ടും വിളിച്ചിരുന്നു."

ഒന്നും പറഞ്ഞില്ല. ഇരുപത്താറു കൊല്ലം നാടകമെന്നൊക്കെപ്പറഞ്ഞ് ഭൂലോകം ചുറ്റിക്കറങ്ങി മടുത്തിറങ്ങിയതിൽപ്പിന്നെ ജീവിത നാടകത്തിൽ മാത്രമേ അഭിനയിക്കുന്നുണ്ടായിരുന്നുള്ളൂ. പുതിയ കുട്ടികൾ നാടകമെന്ന ഭാവത്തിൽ പിച്ചും പേയും പറഞ്ഞ്, കർട്ടനും വേദിയും അരങ്ങും തമ്മിലുള്ള ബന്ധങ്ങളൊക്കെ വലിച്ചെറിഞ്ഞു നടത്തുന്ന കോപ്രായങ്ങൾ കാണുക വയ്യ എന്ന് മനസ്സിൽ പറഞ്ഞ് ചാരുകസേരയിൽ നീണ്ടു നിവർന്നു കിടന്നു. രമണി വീണ്ടും വന്ന് നിർബന്ധിച്ചു: "അപ്പേട്ടൻ വരണം. ജിതേന്ദ്രൻ സംവിധാനം ചെയ്യുന്ന നാടകമാണ്. അവൻ തന്നെയാണ് പ്രധാന നടനും."

രമണിയുടെ അനിയന്റെ മകനാണ് ജിതേന്ദ്രൻ. അക്കാദമി അവാർഡ് ജേതാവ്.

രമണിയുടെ സമാധാനത്തിനായി പറഞ്ഞു: "നോക്കട്ടെ. ശരീരം അനുവദിക്കുമെങ്കിൽ പോകാം."

ചാരുകസേരയിലേക്ക് മലർന്നു. ഉറക്കം പതിയെ വന്ന്, ഒന്നു മടിച്ച്, പിന്നെ കണ്ണുകളെ ഗാഢം പുണരുകയായിമുന്നു. നിശ്ശബ്ദം എപ്പോഴത്തെയും പോലെ പതുപതുപ്പുള്ള തന്റെ കൈത്തലങ്ങൾ, പിറകിൽനിന്ന് കണ്ണുകൾക്കു മേലെ പിടിച്ച് രമണി കളിപ്പിച്ചതാണോ? അല്ല, ശരിക്കും ഉറങ്ങിപ്പോയി. ആ ഉറക്കം നിറയെ പഴയ കാഴ്ചകളായിരുന്നു. അരങ്ങുണർത്തുന്ന ഓർമ്മകൾ.

റിവേഴ്സ് ഗിയറിൽകാലം.

സെന്റ് അലോഷ്യസ് കോളേജിൽ താൻ ആദ്യ നാടകത്തിൽ അഭിനയിക്കുമ്പോൾ, സദസ്സിന്റെ പിന്നറ്റത്ത്, മാറത്ത് പുസ്തകക്കെട്ടുകളടുക്കിപ്പിടിച്ച്, സാകൂതം നോക്കിനിൽക്കുന്ന ഒരു പാവാടക്കാരിയായിരുന്നു രമണി. ഷേക്സ്പിയർ തന്റെ വിഖ്യാതങ്ങളായ

മൂന്ന് നാടകങ്ങളെഴുതുമ്പോളനുഭവിച്ച ആത്മസംഘർഷങ്ങളായിരുന്നു വിഷയം. നാടകകൃത്തും നടീനടന്മാരും ഇഴചേർന്ന് രംഗത്തുവരുന്ന തരത്തിൽ ഇംഗ്ലീഷ് ഡിപ്പാർട്ട്മെന്റിലെ സദാനന്ദൻ മാഷ് എഴുതിയ നാടകം. വെറും അരമണിക്കൂർ ഷേക്സ്പിയറായി നിറഞ്ഞാടി. മനഃസംഘർഷങ്ങൾ, ആകുലതകൾ, നന്മതിന്മകൾക്കിടയിലുള്ള അഗ്നിസ്ഫുലിംഗങ്ങൾ.

മുൻനിരയിലിരുന്ന് സദാനന്ദൻ മാഷും ഇഷ്ടക്കാരിയായ മലയാളം വകുപ്പിലെ ശാരദാമണിടീച്ചറും കയ്യടിച്ചു. പ്രിൻസിപ്പൽ സെബാസ്റ്റ്യൻ ഇടിക്കുളമാഷ് സമാപന സമ്മേളനത്തിൽ വെച്ച് ഫലകം തന്ന് അഭിനന്ദിച്ചു. സദസ്സാകെ നന്നായി ഇളകിമറിഞ്ഞു. പിന്നറ്റത്തു നിന്ന് രമണിയും കൂട്ടുകാരികളും തുടങ്ങിവച്ച കയ്യടി ശബ്ദം, അകലെ നിന്ന് ഇരമ്പി വന്ന സാഗരഗർജ്ജനം പോലെ, ഒരറ്റത്തൂടെ മറ്റേ അറ്റം വരെ സദസ്സാകെ നിറഞ്ഞുപരന്നു.

കോളേജിലെ കൂട്ടുകാർ പല വഴി പിരിഞ്ഞപ്പോഴും നാടകം മനസ്സിൽ ജ്വലിച്ചുനിന്നു. കോഴിക്കോട് കെ.ടി. മുഹമ്മദിന്റെ കളരിയിൽ കുറേക്കാലം. വിക്രമൻ നായരും തിക്കോടിയനും കുഞ്ഞാണ്ടിയുമൊക്കെയായി നല്ല ബന്ധം. മലബാറിലെ നാടകവേദി വല്ലാത്തൊരു ഗൃഹാതുരതയാണ്. വെള്ളരി നാടകങ്ങളും തെരുവുനാടകങ്ങളും ഒരുപാട് ചെയ്തു.

അങ്ങനെ നിറഭംഗികളുള്ള നീണ്ട വസന്തകാലം. ഒടുവിൽ സയ്തലവി എന്ന ആ തീപ്പൊള്ളൽ വരെ.

സയ്തലവി.

മാടായിക്കാവിനടുത്താണ് അയാളുടെ വീട്. പഴയങ്ങാടിയിലും ചെറുകുന്നിലുമൊക്കെ അരങ്ങേറുന്ന ഗ്രാമീണ നാടകങ്ങളിലെ അവിഭാജ്യ ഘടകമായിരുന്നു സയ്തലവി. ഹാസ്യത്തിന് പുതിയ ഒരു വ്യാകരണം ചമച്ചവൻ. ചാർളി ചാപ്ലിനായിരുന്നു സയ്തലവിയുടെ റോൾമോഡൽ.

ഒരിക്കൽ പറഞ്ഞു: "ഗുരോ, സമയോചിതം അങ്ങ് അടിയന്റെ കൊട്ടാരം വരെ ഒന്നെഴുന്നള്ളണം."

"അതിനെന്താ ഇപ്പോഴല്ലേ യഥാർത്ഥ സമയം? എഴുന്നേറ്റു കൊണ്ട് സമ്മതം മൂളി. അപ്പോൾത്തന്നെ പുറപ്പെട്ടു. 'ശാന്തസമുദ്ര'ത്തിന്റെ റിഹേഴ്സൽ ക്യാമ്പ് നടക്കുന്ന സമയമായിരുന്നു തളിപ്പറമ്പിൽ. സയ്തലവിയുടെ പഴയ സ്കൂട്ടർ പതിയെ നീങ്ങി. തണുത്ത കാറ്റ് വീശിക്കൊണ്ടിരുന്നു. പഴയങ്ങാടിയിലെയും എരിപുരത്തെയും വയലുകളിൽ നിറയെ വെണ്ടയും പാവലും പടവലും തലയാട്ടി നിന്നു.

മാടായിക്കാവിലേക്കുള്ള വഴിയിൽ കയറാതെ സ്കൂട്ടർ താഴേക്കിറങ്ങി. പിന്നെ വഴിനേർത്തു. സ്കൂട്ടറിന് കഷ്ടിച്ചു കടന്നുപോകാവുന്ന ഒരു ഇടവരമ്പ്.

“പിടിച്ചിരുന്നോണേ...” സയ്തലവി ചിരിച്ചു. “ഈ വഴി യാത്ര ചെയ്യണമെങ്കിൽ നാടകം മാത്രം പോരാ, സർക്കസും അറിയണം.”

അതു ശരിയായിരുന്നു. അത്രയും നേർത്ത ഇടവഴി പിന്നീടൊരിക്കലും എവിടെയും കണ്ടിട്ടില്ല.

തകരഷീറ്റിട്ടു മറച്ച ഒരു ഷെഡ്ഡിനു മുന്നിൽ വഴിയവസാനിച്ചു. വണ്ടി നിന്നു. സയ്തലവി പോക്കറ്റിൽ നിന്ന് താക്കോലെടുത്ത് ഷീറ്റ് വാതിലിന്റെ പൂട്ട് തുറന്നു. സ്കൂട്ടർ അകത്തു കയറ്റി വെക്കാനുള്ള ഷെഡ്ഡാവും എന്നാണ് കരുതിയത്. എന്നാൽ തുറന്ന വാതിലിനപ്പുറം ഒരു കയറ്റുകട്ടിൽ. അവിടെ മൂടിപ്പുതച്ചു കിടക്കുന്ന ഒരു രൂപം... അരികെ ഒരു മേശ. സ്റ്റൗ. ഇത്തിരി പാത്രങ്ങൾ...

“കുൽസു” സയ്തലവി വിളിച്ചു. രൂപം അനങ്ങി. അയാൾ അരികെയിരിക്കുന്നു.

“ബിവി വയ്യാതെ കിടപ്പായിട്ട് ഒരു വർഷമായി. ഞാൻ നാടകത്തിനു പോകുമ്പോൾ ഭക്ഷണമൊക്കെ ഉണ്ടാക്കിക്കൊടുത്ത് പുറത്തു നിന്നു പൂട്ടും.”

ഒന്നും പറയാനാവാതെ തരിച്ചുനിന്നു. “സഹായത്തിനാരെയെങ്കിലും നിറത്തരുതോ.”

“ഗുരുവിനറിയാലോ. നാട്ടില് നാടകം കളിച്ചാൽ എന്താ കിട്ട്വാന്ന്. ഒരാളെ നിർത്തണമെങ്കില് എത്ര രൂപ കൊടുക്കേണ്ടി വരും?” സയ്തലവി ചിരിച്ചു: “അതൊന്നും കുൽസു സമ്മതിക്കത്തുമില്ല. കുൽസുവിന് ഞാൻ തന്നെ ഭക്ഷണം കോരിക്കൊടുക്കണം. അതാ അവൾടെ ഇഷ്ടം - അല്ലേ കൂൽസൂ.”

ആ തളർച്ചയിലും കുൽസുവിന്റെ ദീനമായ മുഖത്ത് ഒരു പുഞ്ചിരി വിടർന്നു.

കുൽസുവിന് സയ്തലവി പഴങ്കഞ്ഞി വിളമ്പി. സ്പൂൺകൊണ്ട് ഇത്തിരിയായി പകർന്നുകൊടുത്തു. ഒരു പ്ലേറ്റ് എടുത്ത് നീട്ടിക്കൊണ്ടു പറഞ്ഞു. “ഗുരുവിനും ഇത്തിരിയാവാം. നമുക്കൊന്നിച്ച് കഴിക്കാം.”

മൂവരും ഒന്നിച്ച് പഴങ്കഞ്ഞി കഴിച്ചു. കണ്ണുകൾ നിറഞ്ഞു.

“എങ്ങനെയുണ്ട് എന്റെ കൊട്ടാരത്തിലെ അമൃതേത്ത്?”

സയ്തലവി ചിരിച്ചുകൊണ്ട് ചോദിച്ചു.

കണ്ണുകളൊപ്പി പറഞ്ഞു. “ജീവിതത്തിലിന്നേവരെ ഇത്രയും രുചി കരമായ ഭക്ഷണം കഴിച്ചിട്ടില്ല.”

“തമാശ പറയാതെ ഗുരോ...” സയ്തലവി പൊട്ടിച്ചിരിച്ചു. എങ്കിലും അയാളുടെ കണ്ണുകളിൽ സമുദ്രം. കുൽസുവിന്റെ കണ്ണു കളും നിറയുന്നുണ്ടായിരുന്നു.

‘ശാന്ത സമുദ്രം’ തകർത്തോടി സയ്തലവിയുടെ കുഞ്ഞിശ്ശേഖ രൻ എന്ന കഥാപാത്രം സ്റ്റേജിൽ പൊട്ടിച്ച കറുത്ത ഫലിതങ്ങളുടെ അലകൾ സദസ്സിനെ പ്രകടനം കൊള്ളിച്ചു. എറണാകുളത്തും കൊല്ലത്തും തിരുവനന്തപുരത്തുമൊക്കെയുള്ള ചങ്ങാതിമാരുടെ വ്യക്തിപരമായ സഹായം താൻ തേടിയതിനാൽ നല്ല ഓട്ടം കിട്ടി.

എറണാകുളം ടൗൺഹാളിലെ വേദിയിൽ നാടകം നടക്കും മുമ്പാണ്, മാനേജർ വന്ന് ചെവിയിൽ പറഞ്ഞത്. “സയ്തലവിയോട് ഇപ്പോൾ പറയണ്ട. അങ്ങേരുടെ ബീവിയ്ക്കല്പം സീരിയസ്സാണ്.”

ആകെ തകർന്നുപോയി. അകന്ന ബന്ധത്തിലൊരു പയ്യനെ കൂര യിൽ പോയി നോൽക്കാനേൽപ്പിച്ചിട്ടാണ് അയാൾ കഥാപാത്രത്തിന് പൂർണ്ണത വരുത്തിയത്.

നാടകം തീർന്നു. നാട്ടിലേക്കു തിരിക്കാൻ നേരം ഗ്രീൻ റൂമി ലേക്കു വന്ന് സയ്തലവി പറഞ്ഞു. “അവൾക്കെന്നെ കാണാത്ത ബേജാറാവും. അത്രോണ്ടാവൂ.”

സമാധാനമായി പോകൂ എന്ന് പറഞ്ഞ് സയ്തലവിയെ ആശ്വ സിപ്പിച്ചു. പോക്കറ്റിലുണ്ടായിരുന്ന കുറേ നോട്ടുകൾ എടുത്ത് അയാ ളുടെ കയ്യിൽ പിടിപ്പിച്ചു. “ഇത് വെച്ചോളൂ, ആശുപ്രതീല് ആവശ്യം വന്നാലോ.”

അന്നാദ്യമായി അയാൾ പൊട്ടിപ്പൊട്ടിക്കരഞ്ഞു: “ഗുരോ, കുൽ സുവിനെ ഡോക്ടറെ കാണിച്ചാലുടനെ മടങ്ങി വരും. മറ്റന്നാളത്തെ കൊല്ലം സ്റ്റേജ് നമുക്ക് ഗംഭീരമാക്കണം.”

സയ്തലവി പോയി. രാത്രി കൊഴിഞ്ഞുതീർന്നു. ഏതോ യാമ ത്തിൽ കുൽസുവും യാത്രയായി. സയ്തലവിക്കു കിട്ടിയത് തണു ത്തുറഞ്ഞ കുൽസുവിനെയായിരുന്നു. അയാൾ പിന്നെ തിരിച്ചു വന്നില്ല. മൂന്നാം നാൾ നാടകം മുടങ്ങി. ശാന്തസമുദ്രം അശാന്തി യിലേക്കൊഴുകി. പതുക്കെ ആ അശാന്തതീരത്തുനിന്ന് കരകയറി... നാട്ടിലെ ട്യൂട്ടോറിയൽ കോളേജ് മാഷുടെ റോളിലായി പിന്നെയുള്ള ജീവിതം. ഒരിക്കലും അരങ്ങിൽ കയറിയില്ല.

“അപ്പേട്ടാ...” രമണി വിളിക്കുന്നു. “ഇങ്ങനെ കിനാവു കണ്ടോ ണ്ടിരുന്നാ മതിയോ?”

കണ്ണുകൾ തുറന്ന് അവളെ നോക്കി.

"കഞ്ഞി തണുക്കുന്നു. നമുക്ക് കഴിക്കാം. ഗുളികകൾ ഉള്ളതല്ലേ?"

പതുക്കെ എഴുന്നേറ്റു. മനസ്സാകെ അസ്വസ്ഥമാണ്. വെറുതെ സയ്തലവിയിലേക്ക് ഓർമ്മകൾ പറഞ്ഞു. അരങ്ങിലെ ചിന്തകളെല്ലാം മൂടിക്കെട്ടി വെച്ചതാണ്. രമണിയും ജിതേന്ദ്രനും കൂടിയാണ് എല്ലാം വീണ്ടും കെട്ടഴിച്ചു വിട്ടത്. വേണ്ടിയിരുന്നില്ല. ഒന്നും വേണ്ടിയിരുന്നില്ല.

രാത്രി തിരിഞ്ഞും മറിഞ്ഞും കിടന്നിട്ടും നേരം വെളുത്തില്ല. പിന്നെ എഴുന്നേറ്റിരുന്നു. ലൈറ്റിട്ടു. ഷെൽഫിൽ നിന്ന് പഴയ ചില പുസ്തകങ്ങൾ പൊടിതട്ടിയെടുത്തു. ശങ്കരപിള്ള സാറിന്റെ 'മൂധേവി ത്തെയ്യം' മുകളിൽത്തന്നെയുണ്ടായിരുന്നു. അഞ്ചാറ് പേജ് വായിച്ചപ്പോഴേക്കും ഉറക്കം വന്നു. ലൈറ്റണച്ചു... പിന്നെ നേരം പുലർന്നു.

ടൗൺ ഹാളിൽ നിറഞ്ഞു കവിഞ്ഞ സദസ്സായിരുന്നു ജിതേന്ദ്രന്റെ നാടകത്തിന്. അധികവും യുവാക്കളും യുവതികളും. പുതുതലമുറ സിനിമ വിട്ടു നാടകത്തിലേക്കെത്തുകയാണോ? അത്ഭുതം തന്നെ. മുൻനിരയിൽത്തന്നെ ഇരിപ്പിടമൊരുക്കി ജിതേന്ദ്രന്റെ അനിയൻ മഹേന്ദ്രൻ കാത്തു നിൽപ്പുണ്ടായിരുന്നു. ഒരു കാലത്തെ നാടകവേദിയുടെ സജീവശബ്ദമായിരുന്ന പി.സി അപ്പുക്കുട്ടൻ നായരെ എല്ലാവരും ആദരപൂർവ്വം വരവേറ്റു. പലരും വന്ന് പരിചയപ്പെട്ടു. വിമൻസ് കോളേജിലെ ഒരു കൂട്ടം കുട്ടികൾ വന്ന് ഓട്ടോഗ്രാഫിനായി നോട്ടുബുക്കുകൾ നീട്ടി. കാൽതൊട്ട് വന്ദിച്ചപ്പോൾ തടഞ്ഞു: "അരുത്, ഞാൻ ഗുരുവൊന്നുമല്ല."

കിലുക്കാംപെട്ടി പോലുള്ള ഒരു പെൺകുട്ടി പറഞ്ഞു: "അങ്ങനെയല്ലല്ലോ കേട്ടിട്ടുള്ളത്. എല്ലാവരും സാറിനെ ഗുരു എന്നാണ് വിളിക്കാറുള്ളത് എന്നാണല്ലോ."

എല്ലാവരും എന്നത് ശരിയല്ലല്ലോ എന്ന് തോന്നി. വീണ്ടും ഓർമ്മയിൽ സയ്തലവി കടന്നുവന്നു. സയ്തലവി മാത്രമാണ് ഗുരു എന്ന് വിളിക്കാറുള്ളത്. അതീ പെൺകുട്ടിക്ക് എങ്ങനെയറിയാം?

"മോളോടാരാ പറഞ്ഞത് എന്നെ ഗുരു എന്ന് വിളിക്കാറുണ്ടെന്ന്?" മറുപടിക്കായി അവളെ നോക്കി.

"അപ്പോ, ശരിയാ അല്ലേ?" അവൾ കിലുകിലാ ചിരിച്ചു. "സയ്തലവി എന്ന ഒരാളെ അറിയുമോ ഗുരുവിന്?"

അത്ഭുതമായി. "മോൾക്ക് സയ്തലവിയെ അറിയുമോ?"

അവൾ കൂസലന്യേ പറഞ്ഞു. അറിയുമോന്നോ, എന്റെ ക്ലോസ്

ഫ്രണ്ടാ സയ്തലവിയപ്പൂപ്പൻ. ഞാൻ ജനിച്ചു വളർന്ന മഹാത്മാ ഓർഫനേജിൽത്തന്നെയാ ഇപ്പോഴുമുള്ളത്. അമയന്നാപുരത്ത്...

"അമയന്നാപുരത്തോ? ഓർഫനേജിലോ?"

കൂടുതലെന്തെങ്കിലും ചോദിക്കാൻ സാധിക്കും മുമ്പ് നാടകാരംഭത്തിനുള്ള ബെൽ മുഴങ്ങി. കുട്ടികൾ ധൃതിയിൽ പോയി. വെളിച്ചം മങ്ങി. രമണി എന്തോ ചോദിച്ചു. ഒന്നും കേട്ടില്ല. രംഗവേദിയുടെ ബഹളത്തിൽ എല്ലാം മുങ്ങിപ്പോയി. പ്രജ്ഞ മങ്ങുന്നു. കാഴ്ച മങ്ങുന്നു...

അപ്പോൾ തിരശ്ശീല ഉയർന്നു.

രംഗം പൂർണ്ണമായി അന്ധകാരത്തിലമർന്നു. ഒന്നും കാണാൻ വയ്യ. ജിതേന്ദ്രന്റെ ശബ്ദം മാത്രം കേൾക്കാം. ഒന്നും കാണാൻ വയ്യ... ■